പാഠം ഒന്ന് എലിപിടിത്തം!

padam onnu elipiduttham

•

felicks m kumbalam

•

first edition
september 2019

•

typesetting
star communications, thiruvananthapuram

•

published
chintha publishers, thiruvananthapuram

•

cover
vinod mangoes

•

illustration
ratheesh vincent

വിതരണം

ദേശാഭിമാനി ബുക്ക് ഹൗസ്

H O തിരുവനന്തപുരം-695 035
Ph: 0471-2303026, 6063020
www.chinthapublishers.com
chinthapublishers@gmail.com

ബ്രാഞ്ചുകൾ

ഹെഡ്ഡാഫീസ് ബ്രാഞ്ച് കുന്നുകുഴി • സ്റ്റാച്യു തിരുവനന്തപുരം • കെ എസ് ആർ ടി സി ബസ് സ്റ്റേഷൻ ആലപ്പുഴ • കെ എസ് ആർ ടി സി ബസ് സ്റ്റേഷൻ എറണാകുളം • ഐ ജി റോഡ് കോഴിക്കോട് • കെ എസ് ആർ ടി സി ബസ് സ്റ്റേഷൻ കോഴിക്കോട് • എൻ ജി ഒ യൂണിയൻ ബിൽഡിങ് കണ്ണൂർ • സെൻട്രൽ ബസ് ടെർമിനൽ കോംപ്ലക്സ് താവക്കര കണ്ണൂർ

CO - 2847 / 5114
ISBN - 978-93-89410-09-9

പാഠം ഒന്ന്

എലിപിടിത്തം!

(ബാലസാഹിത്യം)

(25 രാജ്യങ്ങളിലെ 25 രസകരമായ നാടോടിക്കഥകൾ)

ഫെലിക്സ് എം കുമ്പളം

ചിന്ത പബ്ലിഷേഴ്സ്
തിരുവനന്തപുരം-695 035

ഫെലിക്സ് എം കുമ്പളം

കൊല്ലം ജില്ലയിൽ കുണ്ടറയ്ക്കടുത്ത് കുമ്പളം ദേശത്ത് ജനിച്ചു. ബാലപ്രസിദ്ധീകരണങ്ങളിൽ സ്ഥിരമായി എഴുതുന്നു. *മലയാള മനോരമ*യുടെ പഠിപ്പുരയിൽ ക്വിസിലെ 2 കാര്യങ്ങൾ, രണ്ട് ചോദ്യം ഒരുത്തരം എന്നിവ എഴുതിയിട്ടുണ്ട്. ഇപ്പോൾ സെക്രട്ടേറിയറ്റിലെ ഊർജ്ജവകുപ്പിൽ ജോലി നോക്കുന്നു.

ഭാര്യ	:	മേരി ഷീല (സി വൈ കുമ്പളം സെന്റ് മേരീസ് എൽ പി സ്കൂളിലെ അദ്ധ്യാപികയാണ്)
മക്കൾ	:	ജോബി എം ഫെലിക്സ് എബി എം ഫെലിക്സ്
വിലാസം	:	സാലി ഭവൻ, കുമ്പളം പി ഒ കൊല്ലം - 691 503
ഫോൺ	:	0474-2520580
മൊബൈൽ	:	9400720580

ഉള്ളടക്കം

സമർപ്പണം

എന്നെ സ്നേഹിക്കുന്ന
എന്റെ പ്രിയപ്പെട്ട കൂട്ടുകാർക്ക്
വേണ്ടി ഈ പുസ്തകം
സമർപ്പിക്കുന്നു,

പ്രസാധകക്കുറിപ്പ്

സാമ്പ്രദായിക ബാലകഥകളിൽനിന്നും തികച്ചും വിഭിന്നമായ പുതുമയുള്ള ബാലകഥകളുടെ സമാഹാരം. 25 രാജ്യങ്ങളിൽ നിന്നുമുള്ള ഇരുപത്തിയഞ്ചുകഥകൾ അടങ്ങുന്നതാണ് ഈ സമാഹാരം. ലളിതമായ ഭാഷയും സരളമായ ശൈലിയും ഈ ലഘുകൃതിയെ ആകർഷകമാക്കുന്നു. ബാലമനസ്സുകളെ വിവിധ സംസ്കാരങ്ങളോട് അടുപ്പിക്കുകയും ചെയ്യുന്നു.

അമൂല്യമായ ഈ ബാലസാഹിത്യകൃതി അഭിമാനപൂർവ്വം ഞങ്ങൾ വായനക്കാരുടെ മുമ്പിൽ കാഴ്ച വയ്ക്കുന്നു. സ്വീകരിച്ചാലും.

ചിന്ത പബ്ലിഷേഴ്സ്

കുറിപ്പ്

***ബാ**ലരമ, ബാലഭൂമി, കുട്ടികളുടെ ദീപിക* എന്നീ ബാലപ്രസിദ്ധീകരണങ്ങളിൽ പ്രസിദ്ധീകരിച്ച വിവിധ രാജ്യങ്ങളിലെ രസകരമായ നാടോടിക്കഥകളുടെ ഒരപൂർവ്വ ശേഖരമാണീ പുസ്തകം. ഒരു ഗുരുവിനുതുല്യം ഞാൻ സ്നേഹിക്കുന്ന പ്രിയപ്പെട്ട സിപ്പി പള്ളിപ്പുറം സാറാണ് ഈ കഥകളൊക്കെ സമാഹരിച്ച് ഒരു പുസ്തകമാക്കണമെന്ന് നിർബ്ബന്ധിച്ചത്. ഒരു ദിവസം തിരുവനന്തപുരത്ത് വച്ച് ഞാനും സിപ്പി സാറും ഒന്നിച്ചപ്പോൾ യാദൃച്ഛികമായി ചിന്ത പബ്ലിഷേഴ്സിന്റെ ജനറൽ മാനേജർ വി കെ ജോസഫ് സാറിനെ കണ്ടപ്പോൾ, സാർ എനിക്ക് അദ്ദേഹത്തെ പരിചയപ്പെടുത്തിത്തരികയും ഒരു പുസ്തകത്തെക്കുറിച്ച് സൂചിപ്പിക്കുകയും ചെയ്തു.

ഈ പുസ്തകത്തിനുവേണ്ടി സഹായങ്ങൾ ചെയ്തു തന്ന പ്രിയപ്പെട്ട സിപ്പിസാറിനും സെക്രട്ടേറിയറ്റിലെ എന്റെ പ്രിയപ്പെട്ട കൂട്ടുകാർക്കും സഹപ്രവർത്തകർക്കും നന്ദി!

ഫെലിക്സ് എം കുമ്പളം

പാഠം ഒന്ന് എലിപിടിത്തം!

പണ്ട് ശ്രീലങ്കയിലെ ഒരു വീട്ടിൽ ഒരു വളർത്തുപൂച്ച ഉണ്ടായിരുന്നു. പെരുങ്കള്ളനായ അവന്റെ പേര് മിഗ്ഗു എന്നായിരുന്നു. എന്തെങ്കിലുമൊക്കെ കട്ടുതിന്നിട്ട് എവിടെയെങ്കിലും പോയിക്കിടന്ന് ങുർ... ങുർ എന്ന് കൂർക്കംവലിച്ചുറങ്ങുക മാത്രമായിരുന്നു മിഗ്ഗുവിന്റെ പണി!

അങ്ങനെയിരിക്കെ ഒരുദിവസം ആ വീട്ടിൽ ഒരു പട്ടിയെ

കൊണ്ടുവന്നു. ജഗ്ഗു എന്നായിരുന്നു ആ പട്ടിയുടെ പേര്. ഒരു പാവത്താനായ ജഗ്ഗുവിന് മിഗ്ഗുപ്പൂച്ചയുടെ സുഖസമൃദ്ധമായ ജീവിതം കണ്ടപ്പോൾ അസൂയ തോന്നി.

"നിനക്കെങ്ങനെയാണ് ഈ വീട്ടിൽ ഇത്രയും വലിയ സ്ഥാനം കിട്ടിയത്?" ഒരു ദിവസം രാത്രി മിഗ്ഗുപ്പൂച്ചയെ കണ്ടപ്പോൾ ജഗ്ഗുപ്പട്ടി സ്വകാര്യമായി ചോദിച്ചു.

"ഹി! ഹി! അതാണോ? എല്ലാ വീടുകളിലെയും വല്യ ശല്യക്കാരാണ് എലികൾ! എലിയെ പിടിക്കാൻ ഞങ്ങൾക്കേ കഴിയൂ! അതുകൊണ്ടാണ് ഞങ്ങൾക്കിത്രയും വലിയ സ്ഥാനം!" മിഗ്ഗു ഗമയിൽ പറഞ്ഞു.

"ഞാനും ഒരെലിയെ പിടിച്ചാലോ?" ജഗ്ഗു ചോദിച്ചു.

"എങ്കിൽ നിനക്കും എന്നെപ്പോലെ രാജകീയമായി ഇവിടെ കഴിയാം!" മിഗ്ഗുപൂച്ച ഗമയിൽ പറഞ്ഞു.

ജഗ്ഗു പിന്നെ അവിടെയൊന്നും നില്ക്കാതെ ഒരെലിയെയും അന്വേഷിച്ച് നടന്നു. കുറെ ചെന്നപ്പോൾ എലികളുടെ ഒരു മാളം കണ്ടു. അതിൽനിന്നും കുറെ എലികൾ പുറത്തുചാടി.

"ബൗ.... ബൗ..." എന്നുറക്കെ കുരച്ചുകൊണ്ട് ജഗ്ഗു എലികളുടെ നേരെ ചാടി വീണു. അതുകേട്ട് എലികളൊക്കെ നിമിഷനേരംകൊണ്ട് എവിടെയൊക്കെയോ ഓടിയൊളിച്ചു. ജഗ്ഗു നോക്കുമ്പോൾ ഒരെലിക്കുഞ്ഞുപോലും അവിടെയെങ്ങുമില്ല! അവൻ ഇളിഭ്യനായി മിഗ്ഗുവിന്റെ അടുത്തെത്തി.

"എലിയെ പിടിക്കുന്ന വിദ്യ എന്നെയും കൂടിയൊന്ന് പഠിപ്പിക്കാമോ?" ജഗ്ഗു ചോദിച്ചു. "പഠിപ്പിക്കാം. പക്ഷേ, ഒരു കാര്യം നിനക്ക് കിട്ടുന്ന ആഹാരത്തിൽനിന്നും പകുതി എനിക്കു തരണം! എന്നുമെന്നെ നക്കിത്തുടച്ച് വൃത്തിയാക്കുകയും വേണം. എന്താ സമ്മതമാണോ?" മിഗ്ഗു ചോദിച്ചു.

"ശരി!" പാവം ജഗ്ഗുവിന് അത് സമ്മതിക്കുകയേ നിവൃത്തിയുണ്ടായിരുന്നുള്ളൂ.

അന്നുമുതൽ ജഗ്ഗുവിന് കിട്ടുന്ന ഇറച്ചിയും മീനുമൊക്കെ മിഗ്ഗു കുശാലായി അകത്താക്കാൻ തുടങ്ങി. പിന്നെ എവിടെയെങ്കിലും പോയികിടന്ന് ങൂർ... ങൂർ എന്നൊരൊറ്റ ഉറക്കമാണ്. അതി

നിടയിൽ പാവം ജഗ്ഗു. മിഗ്ഗുവിന്റെ ശരീരം നക്കിത്തുടച്ചു വൃത്തിയാക്കുകയും ചെയ്യും.

കുറച്ചു ദിവസങ്ങൾ കഴിഞ്ഞു. എലിയെ പിടിക്കുന്ന വിദ്യയെക്കുറിച്ച് ജഗ്ഗു ഇടയ്ക്കിടയ്ക്ക് മിഗ്ഗുപ്പൂച്ചയോട് ചോദിക്കുവാൻ തുടങ്ങി. പക്ഷേ, മിഗ്ഗുവുണ്ടോ അതു വല്ലതും ശ്രദ്ധിക്കുന്നു? ജഗ്ഗുവിനാണെങ്കിൽ ദേഷ്യം വന്നുതുടങ്ങി.

"എലിയെ പിടിക്കാനുള്ള വിദ്യയൊക്കെ ഞാൻ നിന്നെ പഠിപ്പിച്ചുകഴിഞ്ഞിരിക്കുന്നു! ഞാൻ പോയി ഒരെലിയെ ഇങ്ങോട്ട് ഓടിച്ചുവിടാം. നീ അതിനെ സൂത്രത്തിൽ പിടിച്ചോ!" ഒരുദിവസം രാത്രി മിഗ്ഗു ജഗ്ഗുവിനോട് പറഞ്ഞു.

ജഗ്ഗു അതു സമ്മതിച്ചു. മിഗ്ഗു തട്ടിൻപുറത്തു കയറി ഒരു കിഴവൻ എലിയെ ഒരു കണക്കിന് പുറത്തേക്കോടിച്ചു. ഓട്ടത്തിനിടയിൽ ആ പാവം കിഴവനെലി 'പ്ധോം' എന്ന് മുറ്റത്ത് വന്നുവീണു.

ജഗ്ഗുപ്പട്ടി ഒത്തിരി സന്തോഷത്തോടെ അതിനെ പിടിക്കാൻ ഓടിയെത്തിയെങ്കിലും അവനുണ്ടോ അതിന് കഴിയുന്നു? ആ കിഴവനെലി എങ്ങനെയൊക്കെയോ ഓടി ഒരു മരത്തിനു മുകളിൽ കയറി. മരം കയറ്റമറിയാത്ത ജഗ്ഗുപ്പട്ടി താഴെ നിസ്സഹായനായി നിന്നു. മരക്കൊമ്പത്തിരിക്കുന്ന കിഴവനെലിയെ നോക്കി അവൻ 'ബൗ... ബൗ...' എന്ന് ഉറക്കെ കുരയ്ക്കാൻ തുടങ്ങി. ഉടനെ പാവം കിഴവനെലി മരത്തിന് മുകളിലിരുന്ന് അവനോട് പറഞ്ഞു. "മണ്ടച്ചാരേ.. ആ കള്ളിപ്പൂച്ച നിന്നെ ഒരു ചുക്കും പഠിപ്പിച്ചിട്ടില്ല!"

"പഠിപ്പിച്ചല്ലോ." ജഗ്ഗു നിസ്സംശയം പറഞ്ഞു.

"ഇല്ലെടോ! എലിയെ പിടിക്കാൻ ശബ്ദമുണ്ടാക്കാതെ വരണം. പിന്നെ അത്യാവശ്യം മരം കയറ്റവും അറിയണം. ഇതും രണ്ടും നിനക്കറിയില്ലല്ലോ. അപ്പോൾ കള്ളിപ്പൂച്ച നിന്നെ ശരിക്കും പറ്റിച്ചു!" കിഴവനെലി പറഞ്ഞത് അക്ഷരം പ്രതി ശരിയാണെന്ന് ജഗ്ഗുപ്പട്ടിക്കും തോന്നി.

പിന്നെ മിഗ്ഗുപൂച്ചയെ കണ്ടപ്പോൾ ജഗ്ഗുപ്പട്ടിക്ക് ദേഷ്യം അടക്കാനായില്ല. അവൻ കുരച്ചുകൊണ്ട് മിഗ്ഗുവിനെ കടിക്കാൻ ഓടി

ച്ചെന്നു. കാര്യം പന്തിയല്ലെന്നുകണ്ട മിഗ്ഗു വീടിനകത്തേക്ക് ഓടിക്കയറി. കട്ടിലിനടിയിൽ കയറിയൊളിച്ചു.

ഇന്നും പൂച്ചയെ കാണുമ്പോൾ പട്ടി കടിക്കാൻ ചെല്ലുന്നതിന്റെ കാരണം മനസ്സിലായില്ലേ? അതെ, അന്നത്തെ ആ വൈരാഗ്യം തന്നെ.

പ്ധോം... പ്ധോം... താഴത്ത്!

പണ്ട് പണ്ട് സ്ലോവേനിയയിൽ ഒരു കുഞ്ഞുമനുഷ്യനുണ്ടായിരുന്നു. റെനോക്സ് എന്നായിരുന്നു ആ കുഞ്ഞുമനുഷ്യന്റെ പേര്. മരങ്ങളിൽകയറാൻ കഴിയാത്തതിനാൽ കാറ്റടിച്ച് മരങ്ങളിൽനിന്നും വീഴുന്ന പഴങ്ങൾ പൊറുക്കിത്തിന്നാണ് അവൻ ജീവിച്ചിരുന്നത്.

ഒരിക്കൽ ഒരു മാന്ത്രികനപ്പൂപ്പൻ അവനൊരു രസികൻ മന്ത്രം പഠിപ്പിച്ചു കൊടുത്തു. 'പ്ധോം... പ്ധോം.. താഴത്ത്!' എന്നു പറഞ്ഞാൽ മരത്തിലെ പഴങ്ങൾ വീഴുന്ന ഉഗ്രൻ മന്ത്രം!

ഒരുദിവസം റെനോക്സിന് വിശന്നപ്പോൾ ഉച്ചയ്ക്ക് മരത്തിന്റെ ചുവട്ടിൽ ചെന്ന് മന്ത്രം ചൊല്ലി: 'പ്ധോം.. പ്ധോം... താഴത്ത്!' അപ്പോൾ എന്തുണ്ടായെന്നോ? ആ മുട്ടൻ മരത്തിൽ താമസമാക്കിയിരുന്ന ഒരു വലിയ രാക്ഷസനും പഴങ്ങളോടൊപ്പം 'പ്ധോം' എന്നു താഴെ വീണു! രാക്ഷസൻ ചാടിയെഴുന്നേറ്റ് റെനോക്സിനെ പിടികൂടി. അലറി: "നീ ചൊല്ലിയ മന്ത്രം എന്നെയും പഠിപ്പിക്കടാ. മര്യാദയ്ക്ക്..!"

റെനോക്സ് വേഗം രാക്ഷസനെ ഒരു വലിയ പ്ലാവിന്റെ ചുവട്ടിലേക്ക് കൂട്ടിക്കൊണ്ടുപോയി. പ്ലാവിന്റെ ചുവട്ടിലെത്തിയതും റെനോക്സ് മന്ത്രം ചൊല്ലി: "പ്ധോം... പ്ധോം... താഴത്ത്!"

അതോടെ കുറെ ചക്കകൾ ചറപറാ രാക്ഷസന്റെ പുറത്തേക്ക്

വീണു. രാക്ഷസൻ ഒരുവിധത്തിൽ രക്ഷപ്പെട്ട് റെനോക്സിനെ പിടികൂടി: "ങാ.. ഹാ! നീയെന്നെ കൊല്ലാൻ നോക്കുന്നോ..."

"ഹയ്യോ... മന്ത്രം പഠിപ്പിക്കാമേ..." റെനോക്സ് പറഞ്ഞു. പിന്നെ രാക്ഷസനെ കാട്ടിലെ മറ്റൊരു മരത്തിന്റെ ചുവട്ടിലേക്ക് കൂട്ടിക്കൊണ്ടുപോയി. ഒരു മുട്ടൻ പെരുമ്പാമ്പ് ചുറ്റിപ്പിണഞ്ഞു കിടക്കുന്നുണ്ടായിരുന്നു. മരച്ചുവട്ടിലെത്തിയതും റെനോക്സ് മന്ത്രം ചൊല്ലി: "പ്ധോം.. പ്ധോം.. താഴത്ത്!"

മന്ത്രം ചൊല്ലിത്തീർന്നതും ആ മരത്തിൽ ചുറ്റിപ്പിണഞ്ഞു കിടന്നിരുന്ന പെരുമ്പാമ്പ് 'പ്ധോം' എന്നു താഴെ വീണു... രണ്ടു മൂന്നു ദിവസമായി ആഹാരമൊന്നും കഴിക്കാതെയിരുന്ന പെരുമ്പാമ്പ് രാക്ഷസനെ ചുറ്റിവരിഞ്ഞു വിഴുങ്ങി!

പിന്നീടുള്ള കാലം റെനോക്സ് 'പ്ധോം...പ്ധോം.. താഴത്ത്!' എന്ന മന്ത്രം ഉപയോഗിച്ച് സുഖമായി ജീവിക്കുകയുംചെയ്തു!.

കുതിരയുടെ വില

തെന്നാലി രാമന്റെ പട്ടി ചത്തു!

പിശുക്കപ്രമാണിയായ തെന്നാലി രാമൻ ആഹാരമൊന്നും കൊടുക്കാത്തതുകൊണ്ട് പട്ടിണി കിടന്നാണ് പട്ടി ചത്തതെന്ന് നാട്ടിലാകെ പാട്ടായി.

തെന്നാലി രാമനെ കുടുക്കാനായി തക്കം പാർത്തിരുന്ന ചിലർ ഇതുതന്നെ പറ്റിയ അവസരമായി കണ്ടു.

ഗ്രാമത്തിൽ പലയിടത്തും വളർത്തുമൃഗങ്ങൾ ആക്രമിക്കപ്പെട്ടു.

തെന്നാലി രാമന്റെ ചത്ത പട്ടിയുടെ പ്രേതമാണ് വളർത്തുമൃഗങ്ങളെ ആക്രമിച്ചതെന്ന് അസൂയാലുക്കൾ പറഞ്ഞുപരത്തി.

"അങ്ങയുടെ പട്ടിയുടെ പ്രേതം നാട്ടിലെ ജനങ്ങളുടെ ജീവിതം വഴിമുട്ടിച്ചിരിക്കുകയാണ്." നാട്ടുപ്രമാണിമാരിൽ ചിലർ തെന്നാലി രാമനെ സമീപിച്ചിട്ട് പറഞ്ഞു.

"അതിന് ഞാനെന്താണു ചെയ്യേണ്ടത്?" തെന്നാലി രാമൻചോദിച്ചു.

"ഒരു പൂജ നടത്തി പ്രേതത്തെ ആവാഹിച്ച് തറയ്ക്കണം." നാട്ടുപ്രമാണിമാർ ഒരേസ്വരത്തിൽ പറഞ്ഞു.

"അതിനുള്ള ചെലവ്?"

"നൂറ് പൊൻപണം മാത്രം."

ഒരുപട്ടിക്കു വേണ്ടി ഒരു ചെമ്പ് നാണയംപോലും ചെലവാക്കിയിട്ടില്ലാത്ത താൻ പ്രേതത്തിനുവേണ്ടി നൂറു പൊൻപണം ചെലവാക്കണം പോലും! തെന്നാലി രാമൻ ചിന്തയിലാണ്ടു. ഒടുവിൽ പറഞ്ഞു:

"പൂജകൾ നിങ്ങൾതന്നെ നടത്തിക്കോളൂ. എന്റെ പക്കലിപ്പോൾ പണമൊന്നുമില്ല."

"അങ്ങയുടെ ഒരു കുതിരയെ വിറ്റാൽ അതിനുള്ള പണം കണ്ടെത്താനാവുന്നതേയുള്ളൂ."

ഒരു നാട്ടുപ്രമാണി അഭിപ്രായപ്പെട്ടു. മറ്റുള്ളവരും അതിനെ പിന്താങ്ങി.

തെന്നാലി രാമൻ സമ്മതിച്ചു. നാട്ടുപ്രമാണിമാരെയും കൂട്ടി കുതിരാലയത്തിലെത്തി. ലക്ഷണമൊത്ത ഏറ്റവും മികച്ചൊരു കുതിരയെ ചൂണ്ടിക്കാണിച്ചിട്ട് പറഞ്ഞു:

"പൂജ നടത്തി പ്രേതശല്യം ഒഴിവാക്കിയാൽ ഈ കുതിരയെ വിറ്റുകിട്ടുന്ന പണം മുഴുവനും നിങ്ങൾക്കു തരാം."

ഈ അഭിപ്രായം നാട്ടുപ്രമാണിമാരെ സന്തോഷിപ്പിച്ചു. കുതിരയെ വിറ്റാൽ നൂറ്റമ്പത് പൊൻപണമെങ്കിലും കിട്ടും. കൗശലക്കാരനായ തെന്നാലി രാമനെ പറ്റിക്കാൻ കഴിഞ്ഞതിൽ അവർ ഉള്ളുകൊണ്ടു സന്തോഷിച്ചു.

അടുത്ത ദിവസം തന്നെ പൂജാദി കർമ്മങ്ങൾ തുടങ്ങി. നാട്ടാരെയും തെന്നാലിരാമനെയും വിശ്വസിപ്പിക്കാൻ ചില മന്ത്രോച്ചാരണങ്ങളും പൂജകളും അവർ നടത്തി.

അത്ഭുതമെന്നു പറയട്ടെ; പിറ്റേന്നു മുതൽ പ്രേതശല്യം ഇല്ലാതായി.

ഇതിനിടെ, തെന്നാലി രാമൻ കുതിരയെ വില്ക്കാനുണ്ടെന്നു പരസ്യം ചെയ്തിരുന്നു. നൂറ്റമ്പത് സ്വർണ്ണനാണയം വിലവരുന്ന കുതിരയ്ക്ക് ഒരു ചെമ്പു നാണയമാണു വില ചോദിച്ചത്. പക്ഷേ, ഒരു ഉപാധികൂടിയുണ്ട് - കുതിരയെ വേണമെങ്കിൽ അതിനു തീറ്റ കൊടുക്കുന്ന ചവറ്റുകുട്ട കൂടി വാങ്ങിയേ തീരൂ. അതിനാകട്ടെ, നൂറു പൊൻപണം വില വേണം താനും.

പ്രേതശല്യം ഒഴിവാക്കിയ നാട്ടുപ്രമാണിമാർ കുതിരയെ വാങ്ങാൻ ഒരാളെ തരപ്പെടുത്തിക്കൊണ്ട് തെന്നാലി രാമന്റെ അടു

ത്തെത്തി നേരത്തേ പരസ്യപ്പെടുത്തിയ വ്യവസ്ഥയിൽ തെന്നാലി രാമൻ കച്ചവടം ഉറപ്പിച്ചു.

നാട്ടുപ്രമാണിമാർ തങ്ങൾക്കു പറ്റിയ അബദ്ധം മനസ്സിലാക്കിയത് അപ്പോഴാണ്.

കുതിരയെ വിറ്റുകിട്ടുന്ന പണം മാത്രമാണ് നാട്ടുപ്രമാണിമാർക്ക് കൊടുക്കാമെന്ന് ഏറ്റിരുന്നത്. അതിൻപ്രകാരം കുതിരയുടെ വിലയായ ഒരു ചെമ്പ് നാണയം മാത്രം അവർക്കു കൊടുത്തു.

ചവറ്റുകുട്ടയുടെ വിലയായ നൂറ് പൊൻപണം തെന്നാലി രാമനും എടുത്തു.

നൂറ് പൊൻപണം തട്ടിയെടുക്കാനെത്തിയ അത്യാഗ്രഹികളായ നാട്ടുപ്രമാണിമാർക്ക് ഒരു ചെമ്പു നാണയംകൊണ്ട് തൃപ്തിപ്പെടേണ്ടിവന്നു.

പിന്നീടൊരിക്കലും അവർ തെന്നാലി രാമനെ പറ്റിക്കാൻ ശ്രമിച്ചിട്ടില്ല.

അറിയാതെ തിന്നുപോയ ആപ്പിൾ

പണ്ടുപണ്ട് റഷ്യയിലെ ഒരു ഗ്രാമത്തിൽ രണ്ടു കുട്ടികളുണ്ടായിരുന്നു. പവ്‌ലിക് എന്നും എൽസിൻ എന്നുമായിരുന്നു അവരുടെ പേര്. ഉറ്റചങ്ങാതിമാരും അയൽവാസികളുമായിരുന്നു അവർ.

ഒരുദിവസം പവ്‌ലികും എൽസിനും ചൂണ്ടയുമായി പുഴയിൽ മീൻ പിടിക്കാൻ പോയി. സന്ധ്യവരെ ചൂണ്ടയിട്ടിട്ടും ഒറ്റ മീൻപോലും കിട്ടിയില്ല. അവർ ചൂണ്ടകളുമായി വീട്ടിലേക്ക് മടങ്ങി.

നടന്ന് നടന്ന് അവർ ഒരു ആപ്പിൾതോട്ടത്തിനടുത്തെത്തി. വിശാലമായ ആ തോട്ടത്തിന് നടുവിലുള്ള ഒരു കുടിലിലാണ് അതിന്റെ കാവല്ക്കാരൻ താമസിക്കുന്നത്. തോട്ടത്തിലെ ആപ്പിളുകൾ ആരും മോഷ്ടിക്കാതെ നോക്കാനായി കൈയിലൊരു വിസിലുമായി കാവല്ക്കാരൻ എപ്പോഴും ചുറ്റിനടക്കും.

"എൽസിൻ, നമുക്കീ ആപ്പിൾതോട്ടം കുറുകെ കടന്നാൽ പെട്ടെന്ന് വീട്ടിലെത്താം." പവ്‌ലിക് പറഞ്ഞു. അങ്ങനെ അവർ തോട്ടത്തിലൂടെ നടക്കാൻ തുടങ്ങി. വിളഞ്ഞു പാകമായ ആപ്പിളുകൾ കണ്ടപ്പോൾ അവർക്ക് കൊതി തോന്നി. ഇരുവരും വേഗം കുറേ ആപ്പിളുകൾ പറിച്ച് ഷർട്ടിന്റെയും നിക്കറിന്റെയും പോക്കറ്റിലിട്ടു. ഇതു കണ്ട വയസ്സൻ കാവല്ക്കാരൻ വിസിലൂതി ശബ്ദ

മുണ്ടാക്കിക്കൊണ്ട് ഓടിവന്നു.

"ഹമ്മേ! ആ കാവല്ക്കാരൻ പിടിച്ചതുതന്നെ! എൽസിൻ, വേഗം ഓടിരക്ഷപ്പെട്ടോളൂ." എന്നു വിളിച്ചുപറഞ്ഞിട്ട് പവ്‌ലിക് ഓട്ടം തുടങ്ങി. ഭയന്നുപോയ എൽസിനും അവന്റെ പിന്നാലെ ഓടി. ഓടി ഓടി അവർ നാട്ടുപാതയിലെത്തി. ഭാഗ്യം കാവല്ക്കാരൻ പുറകേയില്ല. കിതച്ചുകൊണ്ട് ഇരുവരും അടുത്തുകണ്ട ഒരു മരത്തടിയിൽ ഇരുന്നു. പെട്ടെന്നാണ് പവ്‌ലിക് അതോർത്തത്, മോഷ്ടിച്ച ആപ്പിളുകളുമായി വീട്ടിൽ ചെന്നാൽ അച്ഛൻ അടിക്കും!

"ഈ ആപ്പിളുകൾ ഞാൻ നിനക്കുവേണ്ടി പറിച്ചതാണ്. ഇതും നീയെടുത്തോളൂ." കൗശലക്കാരനായ പവ്‌ലിക് പറഞ്ഞു. എന്നിട്ട് അവൻ പറിച്ച ആപ്പിളുകൾ കൂടി എൽസിനുകൊടുത്തു. എൽസിന് വലിയ സന്തോഷമായി.

വീട്ടിലെത്തിയ ഉടൻ എൽസിൻ വിളിച്ചു പറഞ്ഞു. "അമ്മേ... നോക്കൂ.. എത്ര ആപ്പിളാ ഞാൻ കൊണ്ടുവന്നതെന്ന്!"

അമ്മ നോക്കിയപ്പോൾ എൽസിന്റെ ഷർട്ടിന്റെയും നിക്കറിന്റെയും പോക്കറ്റുകളെല്ലാം വീർത്തിരിക്കുന്നു. അവന്റെ കൈയിലുമുണ്ട് കുറേ ആപ്പിളുകൾ.

"നിനക്കിത് എവിടെ നിന്നു കിട്ടി?" അമ്മ ചോദിച്ചു.

"പുഴക്കരയിലെ ആ വലിയ തോട്ടത്തിൽ നിന്നാണമ്മേ." അവൻ ഉത്സാഹത്തോടെ പറഞ്ഞു.

"ആരോടു ചോദിച്ചിട്ടാണ് നീയിത് പറിച്ചത്?"

"ആരോടും ചോദിച്ചില്ല!"

"അപ്പോൾ നീയിത് മോഷ്ടിച്ചതാണല്ലോ" അമ്മയ്ക്ക് അരിശം വന്നു.

"ഞാൻ മോഷ്ടിച്ചതല്ലമ്മേ." എന്നുപറഞ്ഞ് എൽസിൻ പോക്കറ്റുകളിൽനിന്ന് ആപ്പിളുകൾ പുറത്തെടുക്കാൻ തുടങ്ങി.

"വേണ്ട... അതെടുക്കേണ്ട എല്ലാം തിരികെ കൊടുത്തിട്ടു വരൂ!" അമ്മ ദേഷ്യത്തിലാണ്.

"എങ്കിൽ ഞാനിത് പുറത്തേക്ക് എറിഞ്ഞേക്കാം!" എൽസിൻ സങ്കടത്തോടെ പറഞ്ഞു.

"വേണ്ട എൽസിൻ. നീയിത് നട്ടില്ല, വെള്ളമൊഴിച്ചില്ല... അതു

കൊണ്ട് എറിഞ്ഞു കളയാനുള്ള അവകാശവും നിനക്കില്ല." അമ്മ തറപ്പിച്ചുപറഞ്ഞു.

"അവിടെ കാവല്ക്കാരനുണ്ടമ്മേ. ഇത് പറിക്കുന്നത് കണ്ടപ്പോഴേ അയാൾ വിസിലൂതിക്കൊണ്ട് ഞങ്ങളുടെ പിന്നാലെ ഓടിവന്നു. ഇനി അതുമായി അവിടെ ചെന്നാൽ അയാൾ വെറുതെ വിടില്ല." എൽസിന് ഭയമായി.

"തോട്ടത്തിലെ വിളകൾ നഷ്ടമായാൽ അതിന്റെ ഉടമസ്ഥൻ വൃദ്ധനായ ആ പാവം കാവല്ക്കാരനെ ശിക്ഷിക്കും. അതുകൊണ്ട് നീ ഇതെല്ലാം വേഗം തിരിച്ചുകൊണ്ടു കൊടുക്കണം." അമ്മ ആജ്ഞാപിച്ചു.

എൽസിൻ കരഞ്ഞുകൊണ്ട് തിരിച്ച് തോട്ടത്തിലെത്തി. ശബ്ദം കേട്ടപ്പോൾ കാവല്ക്കാരൻ പുറത്തേക്ക് വന്നിട്ട് ചോദിച്ചു. "എന്തു പറ്റി?"

"ഞാനീ ആപ്പിളുകൾ തിരികെ തരാൻ വന്നതാണ്!" ഏങ്ങലടിച്ചുകൊണ്ട് എൽസിൻ പറഞ്ഞു.

"ഓഹോ! തോട്ടത്തിൽനിന്ന് ആപ്പിൾ മോഷ്ടിച്ചത് നീയായിരുന്നു അല്ലേ?"

എൽസിൻ ഉണ്ടായ കാര്യങ്ങളെല്ലാം ആ കാവല്ക്കാരനെ പറഞ്ഞു കേൾപ്പിച്ചു. അപ്പോൾ അയാൾ പറഞ്ഞു. "മോഷ്ടിക്കുന്നത് തെറ്റാണ്. എന്തായാലും ആപ്പിളുകൾ തിരികെ തന്നിട്ട് വീട്ടിലേക്ക് പൊയ്ക്കോളൂ."

"ഒരെണ്ണം ഞാൻ തിന്നുപോയി. ഇനിയെന്ത് ചെയ്യും?" എൽസിൻ ചോദിച്ചു.

"തിന്നുപോയില്ലേ. ഇനി പറഞ്ഞിട്ടെന്താ കാര്യം?" കാവല്ക്കാരൻ എൽസിനെ നോക്കി ചിരിച്ചു.

"മോഷ്ടിച്ച ആപ്പിൾ തിന്ന ഞാൻ ഒരു കള്ളനല്ലേ?" എൽസിൻ ചോദിച്ചു.

"ഇതൊരു കുഴപ്പം പിടിച്ച ചോദ്യം തന്നെ. എന്നാലീ പ്രശ്നവും നമുക്ക് പരിഹരിച്ചുകളയാം." കാവല്ക്കാരൻ പറഞ്ഞു. "നീ തെറ്റ് മനസ്സിലാക്കി ആപ്പിളുകളെല്ലാം തിരികെ തന്നതിനാൽ ഞാൻ നിനക്കൊരു ആപ്പിൾ സമ്മാനം തന്നു! സമ്മാനം

കിട്ടിയ ആപ്പിളാണ് നീ തിന്നതെന്ന് കരുതിക്കോളൂ!" അതു കേട്ടപ്പോൾ എൽസിന് ആശ്വാസമായി.

"നന്ദി കാവല്ക്കാരാ. ഞാൻ പോകട്ടെ." എന്നുപറഞ്ഞു എൽസിൻ തിരിച്ചുപോയി. ദൈവമേ ഞാനൊരു കള്ളനായി

ല്ലല്ലോ! ആപ്പിളുകൾ തിരിച്ചുകൊടുത്തത് എത്ര നന്നായി.” എന്നോർത്ത് എൽസിന്റെ മനസ്സ് ശാന്തമായി. അവൻ സമാധാനത്തോടെ വീട്ടിൽ തിരിച്ചെത്തി. അപ്പോൾ അവന്റെ അമ്മ ഒരു കൂട നിറയെ ആപ്പിൾ അവന് സമ്മാനമായി നല്കി. പിന്നീടൊരിക്കലും എൽസിൻ ഒന്നും മോഷ്ടിച്ചിട്ടേയില്ല.

ഇന്ത്യയിൽ ചന്ദനമരങ്ങൾ ഏറ്റവും കൂടുതലുള്ള സംസ്ഥാനം: കർണ്ണാടകം

ഗാന്ധിജിയുടെ ആത്മകഥയായ ‘എന്റെ സത്യാന്വേഷണ പരീക്ഷണങ്ങൾ’ ഗുജറാത്തി ഭാഷയിലാണ് എഴുതിയത്.

അബ്ദുള്ളയും സന്ന്യാസിയും

പണ്ടുപണ്ട് ഇറാഖിലെ ഒരു പട്ടണത്തിൽ അബ്ദുള്ള എന്ന് പേരുള്ള ഒരാൾ ജീവിച്ചിരുന്നു. കഠിനമായി അദ്ധ്വാനിച്ചും പണം മിച്ചം പിടിച്ചും അയാൾ എൺപത് ഒട്ടകങ്ങളെ സ്വന്തമാക്കി. ഒട്ടകങ്ങളെ മരുഭൂമിയിലെ യാത്രയ്ക്ക് വാടകയ്ക്ക് കൊടുത്ത് അബ്ദുള്ള ധനികനായിത്തീർന്നു.

ഒരുദിവസം ഒട്ടകങ്ങളെ മേയാൻ വിട്ടിട്ട് ഒരു മരത്തണലിലിരുന്ന് അബ്ദുള്ള വിശ്രമിക്കുകയായിരുന്നു. അപ്പോൾ ഒരു

സന്ന്യാസി അബ്ദുള്ളയുടെ അടുത്തുവന്നു. അവർ പരസ്പരം പരിചയപ്പെട്ടു.

"അബ്ദുള്ള... കണ്ണടച്ചുതുറക്കുന്നതിന് മുമ്പ് ലോകത്തിലെ ഏറ്റവും വലിയ ധനികനാകാൻ കഴിയുമെന്നിരിക്കെ ഇങ്ങനെ ഒട്ടകങ്ങൾക്കു പിന്നാലെ നടക്കണമെന്നുണ്ടോ?" ഇത്രയും പറഞ്ഞ് സന്ന്യാസി നടന്നു. തന്റെ ഒട്ടകങ്ങളുമായി അബ്ദുള്ളയും അദ്ദേഹത്തിന്റെ പിന്നാലെ ചെന്നു. "അങ്ങ് വലിയ ജ്ഞാനിയാണെന്നു തോന്നുന്നു. ഭൂമിക്കടിയിൽ ധാരാളം നിധിയുണ്ടെന്ന് കേട്ടിട്ടുണ്ട്. ദയവായി അതു കണ്ടെത്താൻ എന്നെ സഹായിക്കണേ!" അബ്ദുള്ള സന്ന്യാസിയോട് യാചിച്ചു. വൈകാതെ അവർ ഒരു ഗുഹയുടെ അടുത്തെത്തി. ഗുഹയിലേക്കുള്ള പ്രവേശനദ്വാരം വളരെയധികം ഇടുങ്ങിയതായിരുന്നു.

സന്ന്യാസി എന്തോ ചില മന്ത്രങ്ങൾ ഉരുവിട്ടു. പെട്ടെന്ന് ഗുഹയുടെ വാതിൽ വലുതായി! ഗുഹയിൽ അതാ സ്വർണ്ണനാണയങ്ങളും രത്നങ്ങളും കൂമ്പാരമായി കിടക്കുന്നു. അബ്ദുള്ള അത്യാർത്തിയോടെ സ്വർണ്ണനാണയങ്ങളും രത്നങ്ങളും വാരി ചാക്കിൽ നിറച്ചു. എന്നിട്ട് അതെല്ലാം ഓരോ ഒട്ടകങ്ങളുടെ പുറത്തായി വച്ചു.

"ഇനി പുറത്തിറങ്ങി വാതിലടച്ചാൽ മതി!" സന്ന്യാസി പറഞ്ഞു.

അബ്ദുള്ള വാതിലിനു നേരെ നടന്നപ്പോൾ സന്ന്യാസി അവിടെ ഒരു കോണിലിരുന്ന ഒരു ചെറിയ സ്വർണ്ണച്ചെപ്പെടുത്ത് ഭാണ്ഡത്തിൽ വച്ചു. രണ്ടുപേരും ഗുഹയുടെ പുറത്തെത്തിയപ്പോൾ സന്ന്യാസി മന്ത്രം ജപിച്ച് ഗുഹാമുഖം അടച്ചു.

"അബ്ദുള്ളാ, ഇതെല്ലാം നമുക്ക് പങ്കുവെക്കാം!" സന്ന്യാസി പറഞ്ഞു. അപ്പോഴാണ് അത്യാഗ്രഹം തലയ്ക്കു പിടിച്ച അബ്ദുള്ളയ്ക്കൊരു വേണ്ടാത്ത ചിന്തയുണ്ടായത്. നിധി കാണിച്ചുതന്ന സന്ന്യാസി നിധി ചോദിക്കുന്നത് ന്യായമാണോ? താൻ നിധി വാരി ചാക്കിൽ നിറച്ചപ്പോൾ സന്ന്യാസി കാഴ്ചക്കാരനായി നോക്കി നില്ക്കുകയായിരുന്നല്ലോ. അപ്പോൾ നിധി ഒരുപോലെ പങ്കുവെക്കുന്നതു ശരിയല്ല.

“വെറുമൊരു സന്ന്യാസിയായ അങ്ങേക്ക് സ്വർണ്ണവും രത്ന ങ്ങളുമൊക്കെകൊണ്ട് എന്താണ് പ്രയോജനം?” അബ്ദുള്ള ചോദിച്ചു.

“അതു ശരിയാണ്. എന്നാൽ സഹോദരാ, നിങ്ങളുടെ കൈയിൽ ഒട്ടകങ്ങൾ മാത്രമേ ഉണ്ടായിരുന്നുള്ളൂ. ഇപ്പോൾ അള വറ്റ ധനം ഞാൻ തന്നു. അതുകൊണ്ട് ഒട്ടകങ്ങളുടെയും ഈ ധനത്തിന്റെയും വിഹിതം എനിക്കു തരണം!” സന്ന്യാസി പറ ഞ്ഞു.

അതുകേട്ടിട്ട് അബ്ദുള്ള ആകെയുള്ള എൺപത് ഒട്ടകങ്ങളിൽ ഇരുപത് എണ്ണത്തെയും ആ ഒട്ടകങ്ങളുടെ പുറത്തുള്ള വിലമ തിക്കാനാവാത്ത നിധിയും സന്ന്യാസിക്ക് കൊടുത്തു. ബാക്കി യുള്ള ഒട്ടകങ്ങളുമായി അബ്ദുള്ള നാട്ടിലേക്ക് തിരിച്ചു.

പക്ഷേ, ഏതാനും അടി നടന്നതേയുള്ളൂ. അബ്ദുള്ളയുടെ മനസ്സിൽ വീണ്ടും അത്യാഗ്രഹം നാമ്പിട്ടു. അയാൾ ഓടിച്ചെന്ന് സന്ന്യാസിയോട് പറഞ്ഞു. “ഇരുപത് ഒട്ടകങ്ങളെ നയിച്ചുകൊണ്ടു പോകാൻ അങ്ങേക്ക് ബുദ്ധിമുട്ടല്ലേ? അതുകൊണ്ട് ദയവായി അങ്ങ് പത്ത് ഒട്ടകങ്ങളെ കൊണ്ടുപോകുക!”

സന്ന്യാസി സന്തോഷത്തോടെ പത്ത് ഒട്ടകങ്ങളും അതിന്റെ പുറത്തുള്ള നിധിയും അബ്ദുള്ളയ്ക്ക് കൊടുത്തു. എഴുപത് ഒട്ടകങ്ങളുടെപുറത്ത് വിലമതിക്കാനാവാത്ത നിധിയുമായി നട ന്നിട്ടും അബ്ദുള്ളയുടെ അത്യാഗ്രഹം തീർന്നില്ല. അബ്ദുള്ള വീണ്ടും സന്ന്യാസിയുടെ പിന്നാലെ ചെന്ന് പത്ത് ഒട്ടകങ്ങളെയും തിരികെ വാങ്ങി. അപ്പോഴും ശാന്തനായി സന്ന്യാസി പറഞ്ഞു. “സമ്പത്ത് ബുദ്ധിപൂർവ്വം ഉപയോഗിക്കുക. ഈ പാവം സന്ന്യാ സിയെ വല്ലപ്പോഴുമൊക്കെ ഓർക്കുക!”

എൺപത് ഒട്ടകങ്ങളുടെ പുറത്ത് നിറയെ വിലമതിക്കാനാ വാത്ത നിധി കിട്ടിയിട്ടും അബ്ദുള്ളയുടെ അത്യാഗ്രഹത്തിന് കുറ വുണ്ടായില്ല. അബ്ദുള്ള ചോദിച്ചു. “അല്ലയോ സന്ന്യാസീ നിങ്ങൾ ഗുഹയിൽനിന്നും ഒരു സ്വർണ്ണച്ചെപ്പെടുത്ത് ഒളിച്ചുവെക്കുന്ന തുകണ്ടല്ലോ. അങ്ങയുടെ ഓർമ്മയ്ക്കായി അതെനിക്കു തരിക.”

സന്ന്യാസി യാതൊരു വിഷമവും പുറത്തുകാട്ടാതെ മനോഹരമായ ആ സ്വർണ്ണച്ചെപ്പെടുത്ത് അബ്ദുള്ളയ്ക്ക് കൊടുത്തു.

“എന്താണിതിന്റെ ഉപയോഗം” ആ ചെപ്പ് തുറന്നിട്ട് അബ്ദുള്ള ചോദിച്ചു.

“ഇതിനുള്ളിലെ കുഴമ്പിന്റെ അല്പം നിന്റെ ഇടത്തേകണ്ണിനു ചുറ്റും പുരട്ടിയാൽ ഭൂമിയിലുള്ള നിധികളൊക്കെ നിനക്ക് കാണാൻ കഴിയും. പക്ഷേ, വലതു കണ്ണിൽ പൂശിയാൽ ആ നിമിഷം രണ്ട് കണ്ണുകളിലെയും കാഴ്ച നശിക്കും!” സന്ന്യാസി പറഞ്ഞു.

“എങ്കിൽ ഈ മരുന്നിൽ ഒരല്പമെടുത്ത് എന്റെ ഇടതുകണ്ണിൽ പുരട്ടിത്തരൂ.” അബ്ദുള്ളയ്ക്ക് ധൃതിയായി.

സന്ന്യാസി വേഗം ആ സ്വർണ്ണച്ചെപ്പിൽനിന്നും കുറച്ചു മരുന്നെടുത്ത് അബ്ദുള്ളയുടെ ഇടതുകണ്ണിനു ചുറ്റും പുരട്ടിക്കൊണ്ട് പറഞ്ഞു. “വലതുകണ്ണടച്ചു പിടിച്ചിട്ട് ഇടതുകണ്ണുകൊണ്ട് നോക്കുക.”

അബ്ദുള്ള സന്ന്യാസി പറഞ്ഞതുപോലെ ചെയ്തു. അത്ഭുതം! ഭൂമിക്കടിയിലെ നിധികളെല്ലാം അബ്ദുള്ള കണ്ടു. രണ്ട് കണ്ണുകളും തുറന്നപ്പോൾ എല്ലാംപഴയതുപോലെയായി.

ഔഷധത്തിന്റെ ശക്തിയെക്കുറിച്ച് മനസ്സിലായപ്പോൾ സന്ന്യാസിയുടെ ഉദ്ദേശ്യശുദ്ധിയെക്കുറിച്ച് അബ്ദുള്ളയ്ക്ക് സംശയം തോന്നി.

“എന്റെ വലതുകണ്ണിൽ കൂടി മരുന്നൊഴിച്ചുതരൂ!” അബ്ദുള്ളയുടെ സ്വരം കടുത്തു.

“അബ്ദുള്ളാ നിങ്ങൾ ഭ്രാന്താണ് പുലമ്പുന്നത്. നിങ്ങൾക്കാപത്ത് വരുത്താൻ ഞാനിഷ്ടപ്പെടുന്നില്ല. നമുക്ക് പിരിയാം.” ആദ്യമായി സന്ന്യാസി കോപത്തോടെ സംസാരിച്ചു. സന്ന്യാസി പോകാനൊരുങ്ങിയപ്പോൾ അബ്ദുള്ള അയാളെ തടഞ്ഞുനിർത്തിയിട്ട് പുലമ്പി. “ഞാൻ പറഞ്ഞത് അനുസരിച്ചിട്ട് പോയാൽ മതി.”

“ഇതിന് ഞാൻ ഉത്തരവാദിയല്ല.” എന്ന് പറഞ്ഞുകൊണ്ട് സന്ന്യാസി അല്പം മരുന്നെടുത്ത് അബ്ദുള്ളയുടെ വലതുകണ്ണിൽ പുരട്ടി. പക്ഷേ, നിർഭാഗ്യമെന്നുപറയട്ടെ, അബ്ദുള്ളയ്ക്ക് പിന്നെ രണ്ട് കണ്ണുകൾ കൊണ്ടും കാണാൻ കഴിഞ്ഞത് ഇരുട്ട് മാത്രമാ

യിരുന്നു! അബ്ദുള്ളയുടെ കാഴ്ചശക്തി പൂർണ്ണമായും നശിച്ചിരുന്നു.

"എന്റെ കാഴ്ച പോയേ... രക്ഷിക്കണേ!" അബ്ദുള്ള ഉറക്കെ വിളിച്ചുകൂവിയെങ്കിലും അതുകേൾക്കാൻ സന്ന്യാസി അവിടെങ്ങും ഉണ്ടായിരുന്നില്ല. എൺപത് ഒട്ടകങ്ങളും വിലമതിക്കാനാവാത്ത നിധിയുമായി സന്ന്യാസി പോയി. അത്യാഗ്രഹിയായ അബ്ദുള്ള തന്റെ വിധിയെ പഴിച്ചുകൊണ്ട് അന്ധനായി കാലങ്ങൾ തള്ളിനീക്കി.

ഭിക്ഷക്കാരനും രാജകുമാരിയും

ഫിലിപ്പൈൻസിലെ രാജാവിനു സുന്ദരിയായ ഒരു മകളുണ്ടായിരുന്നു. ക്രിസ്റ്റബൽ, അഹങ്കാരിയായിരുന്നു അവൾ. ആരെയും അധിക്ഷേപിക്കാൻ അവൾക്കു മടിയില്ല. രാജാവും രാജ്ഞിയും എത്ര ഉപദേശിച്ചിട്ടും അവളുടെ ഈ സ്വഭാവത്തിന് ഒട്ടും മാറ്റമുണ്ടായില്ല.

ക്രിസ്റ്റബൽ രാജകുമാരിക്കു വിവാഹപ്രായമായപ്പോൾ രാജാവ് ഒരു സ്വയംവരപ്പന്തൽ തയ്യാറാക്കി. അയൽരാജ്യങ്ങളിലെ രാജകുമാരന്മാരെയും പ്രഭുക്കന്മാരെയും ക്ഷണിച്ചു. രാജാവിന്റെ ക്ഷണം സ്വീകരിച്ച് എല്ലാവരും എത്തിയെങ്കിലും രാജകുമാരി അവരെയെല്ലാം കളിയാക്കിവിട്ടു. അയൽ രാജ്യത്തെ സുന്ദരനും സുമുഖനുമായ രാജകുമാരനെ ഊശാന്താടിക്കാരൻ എന്നു പറഞ്ഞാണ് അവൾ കളിയാക്കിയത്.

“അച്ഛാ ഇതിലാരെങ്കിലും കല്യാണം കഴിക്കുന്നതിലും ഭേദം വല്ല ഭിക്ഷക്കാരെയും കെട്ടുന്നതാണ്.”

രാജകുമാരിയുടെ അഹങ്കാരം നിറഞ്ഞ വാക്കുകൾ കേട്ട് രാജാവിനു കോപമടക്കാൻ കഴിഞ്ഞില്ല

“നാളെ രാവിലെ ഈ കൊട്ടാരവളപ്പിലെത്തുന്ന ഭിക്ഷക്കാരനു നിന്നെ ഞാൻ കല്യാണം കഴിച്ചുകൊടുക്കും.” രാജാവു കോപത്തോടെ പറഞ്ഞു.

അടുത്ത ദിവസം രാവിലെ കീറിപ്പറിഞ്ഞു മുഷിഞ്ഞ ഉടുപ്പിട്ട് ഒരു ഭിക്ഷക്കാരൻ കൊട്ടാരകവാടത്തിലെത്തി. രാജാവ് അയാളെ ദർബ്ബാർ ഹാളിലേക്കു ക്ഷണിച്ച് ഒരു പാട്ടു പാടാനാവശ്യപ്പെട്ടു. അയാൾ പാടി.

"പാട്ടു നന്നായി.. സമ്മാനമായി നിനക്കു ഞാനെന്റെ മകളെ വിവാഹം ചെയ്തുതരാം."

രാജാവു പറഞ്ഞതുകേട്ടു കൊട്ടാരത്തിലുള്ളവർ ഞെട്ടി. അപ്പോൾത്തന്നെ കൊട്ടാരത്തിലെ പ്രമുഖരുടെ സാന്നിദ്ധ്യത്തിൽ ക്രിസ്റ്റബൽ രാജകുമാരിയുടെയും ഭിക്ഷക്കാരന്റെയും വിവാഹം നടന്നു. അന്നുതന്നെ അവരെ രാജാവു കൊട്ടാരത്തിൽ നിന്നു പറഞ്ഞയച്ചു.

ഭിക്ഷക്കാരൻ രാജകുമാരിയെയും കൂട്ടി നടന്നു. നടന്നുനടന്ന് അവർ ഒരു വലിയ കൃഷിപ്രദേശത്തെത്തിയപ്പോൾ അവൾ ഭിക്ഷക്കാരനോടു ചോദിച്ചു:

"ഇതൊക്കെ ആരുടേതാണ്?"

"നീ ഊശാന്താടിക്കാരൻ എന്നു വിളിച്ചാക്ഷേപിച്ചയാളിന്റേതാണ്." ഭിക്ഷക്കാരൻ പറഞ്ഞു.

അവർ വീണ്ടും നടന്നുനടന്നു മറ്റൊരു നഗരത്തിലെത്തി. അവിടെ ഒരു കൂറ്റൻ കൊട്ടാരമുണ്ടായിരുന്നു. അതുകണ്ടപ്പോൾ ക്രിസ്റ്റബെൽ വീണ്ടും ചോദിച്ചു.

"ഇതാരുടേതാണ്?"

"ഇതും നീ ഊശാന്താടിക്കാരൻ എന്നു വിളിച്ചാക്ഷേപിച്ചയാളിന്റേതാണ്." ഭിക്ഷക്കാരൻ പറഞ്ഞു.

അവർ നടന്നുനടന്ന് ഒരു ചെറ്റക്കുടിലിനടുത്തെത്തി. അപ്പോൾ ഭിക്ഷക്കാരൻ പറഞ്ഞു.

"ഇതാണു നമ്മുടെ വീട്."

"ഈ ചെറ്റക്കുടിലോ?" ക്രിസ്റ്റബെൽ വെറുപ്പോടെ ചോദിച്ചു.

"അതെ ഇതൊരു ഭിക്ഷക്കാരന്റെ വീടാണ്. ഈ വീട്ടിലെ എല്ലാ ജോലികളും ഇനി നീയാണു ചെയ്യേണ്ടത്." അയാൾ ദേഷ്യത്തോടെ പറഞ്ഞു.

പാവം രാജകുമാരി! അവൾ ആ വീട്ടിലെ ജോലികളൊക്കെ ചെയ്തു.

എന്റെ അഹങ്കാരമാണ് എനിക്കീ ഗതി വരുത്തിയത്. ഊശാന്താടി എന്നുവിളിച്ച് ആക്ഷേപിച്ച രാജകുമാരനെ വിവാഹം കഴിച്ചിരുന്നെങ്കിൽ എത്ര നന്നായി ജീവിക്കാമായിരുന്നു.

രാജകുമാരി തന്റെ വിഡ്ഢിത്തമോർത്തു വിഷമിച്ചു. ഭിക്ഷക്കാരൻ എല്ലാ ദിവസവും രാവിലെ വീട്ടിൽ നിന്നിറങ്ങും. രാത്രിയാകുമ്പോഴേ തിരിച്ചെത്തൂ. രാജകുമാരിയുടെ കഷ്ടപ്പാടുകൾ ദിവസം കഴിയുന്തോറും വർദ്ധിച്ചുവന്നു.

ഒരുദിവസം രാത്രി ഭിക്ഷക്കാരൻ ക്രിസ്റ്റബെല്ലിനോട് പറഞ്ഞു: "നിനക്ക് ഈ നാട്ടിലെ രാജാവിന്റെ കൊട്ടാരത്തിൽ അടുക്കള വേലക്കാരിയായി ജോലി തരാമെന്നു മന്ത്രി പറഞ്ഞു."

അടുത്ത ദിവസം അവൾക്കു കൊട്ടാത്തിൽ ജോലി കിട്ടി. ഒരു ഭിക്ഷക്കാരിയെ വേലക്കാരിയാക്കിയത് അവിടുത്തെ മറ്റു ജോലിക്കാർക്കുണ്ടോ പിടിക്കുന്നു. അവർ അവളെ ശകാരിക്കാനും പരിഹസിക്കാനും തുടങ്ങിയപ്പോൾ അവിടെയും നരകതുല്യമായി.

അവളുടെ അഹങ്കാരം അതോടെ ഇല്ലാതായി. വിനയവും ക്ഷമാശീലവും അവൾക്കു കിട്ടി.

ഒരുദിവസം അവിടത്തെ രാജാവ് കൊട്ടാരത്തിൽ ഒരു വിരുന്നൊരുക്കി. അയൽരാജ്യങ്ങളിലെ രാജാക്കന്മാരും വിരുന്നിനെത്തിയിരുന്നു. രാജകുമാരിക്ക് അന്നു പിടിപ്പതു പണിയായിരുന്നു.

"നിന്നെ രാജാവു വിളിക്കുന്നു." ഒരു അംഗരക്ഷകൻ ക്രിസ്റ്റബെല്ലിനടുത്തെത്തി അറിയിച്ചു.

അവൾ ഭയന്നുവിറച്ച് രാജസന്നിധിയിലെത്തി. താൻ ഊശാന്താടിക്കാരൻ എന്നു വിളിച്ചാക്ഷേപിച്ച രാജാവാണതെന്നു ക്രിസ്റ്റബെല്ലിനു മനസ്സിലായി. അവൾ ഭയന്നു വിറച്ചു.

"നീ പോയി നല്ല വസ്ത്രങ്ങൾ ധരിച്ചു വരൂ. ഇന്നത്തെ വിരുന്നിനു നീയും എന്നോടൊപ്പം ദർബാർ ഹാളിലുണ്ടാകണം." രാജാവു പറഞ്ഞതുകേട്ടു ക്രിസ്റ്റബെൽ ഞെട്ടിപ്പോയി.

അവൾ പെട്ടെന്നു തൂവെള്ള വസ്ത്രങ്ങൾ ധരിച്ചെത്തി. അവളെ മാറ്റി നിർത്തി രാജാവു ചോദിച്ചു. "നീയെന്നെ ഇതിനു മുമ്പു കണ്ടിട്ടുണ്ടോ?"

"ഉണ്ട്." അവൾ പറഞ്ഞു.

"അതിനുശേഷം പിന്നീടെന്നെങ്കിലും നീയെന്നെ കണ്ടിട്ടുണ്ടോ?" രാജാവു വീണ്ടും ചോദിച്ചു.

വിലകൂടിയ വസ്ത്രങ്ങളും സ്വർണ്ണക്കിരീടവും ധരിച്ച അദ്ദേഹത്തിന്റെ നേരെ നോക്കാൻപോലും ഭയന്ന് അവൾ പറഞ്ഞു. "ഇല്ല."

"ഇത്ര പെട്ടെന്നു നീയെന്നെ മറന്നോ ക്രിസ്റ്റബെൽ? നിന്റെ ഭർത്താവായ ആ ഭിക്ഷക്കാരനാണു ഞാൻ."

"അപ്പോൾ...?" ക്രിസ്റ്റബെൽ ആശ്ചര്യപ്പെട്ടു.

"അതെ. ഞാൻ അന്നും ഇന്നും രാജാവു തന്നെ... നിനക്കു ജീവിതത്തെപ്പറ്റി അറിവുണ്ടാകുന്നതിനും നിന്റെ അഹങ്കാരം മാറുന്നതിനുംവേണ്ടി ഞാനും നിന്റെയച്ഛനും ചേർന്നുകളിച്ച നാടകമായിരുന്നു ഇത്." രാജാവ് പറഞ്ഞു.

രാജകുമാരിക്ക് എല്ലാം ഒരു സ്വപ്നംപോലെ തോന്നി.

അപ്പോഴേക്കും ക്രിസ്റ്റബെല്ലിന്റെ അച്ഛനുമമ്മയും അവിടെയെത്തി. അവർ ഇരുവരെയും അനുഗ്രഹിച്ചു.

നക്ഷത്രക്കണ്ണുള്ള രാജകുമാരി

പണ്ടുപണ്ട് ആൽബർട്ട് രാജാവ് ജർമ്മനി ഭരിച്ചിരുന്ന കാലം. രാജാവിനെയും രാജ്ഞിയെയും ഒരു ദുഃഖം അലട്ടിയിരുന്നു. കുട്ടികളില്ലാത്ത ദുഃഖം!

ഒരുപാടുകാലത്തെ പ്രാർത്ഥനകൾക്കും വഴിപാടുകൾക്കുമൊടുവിൽ അവർക്കൊരു കുഞ്ഞു പിറന്നു. നക്ഷത്രക്കണ്ണുള്ള ഒരു സുന്ദരിക്കുട്ടി!. ആ കുഞ്ഞുരാജകുമാരിക്ക് അവർ അലീന എന്നു പേരിട്ടു.

അലീനയ്ക്ക് ഒരു വയസ്സായി. ആറ്റുനോറ്റുണ്ടായ കുഞ്ഞിന്റെ ആദ്യ പിറന്നാളല്ലേ? പിറന്നാൾ ആഘോഷമാക്കാൻ തന്നെ രാജാവ് തീരുമാനിച്ചു. അതിന്റെ ഭാഗമായി രാജാവ് കൊട്ടാരത്തിൽ ഉഗ്രനൊരു വിരുന്നൊരുക്കി.

വിരുന്നിന് മുഖ്യാതിഥികളായി ക്ഷണിച്ചത് ആരെയെന്നോ? കൊട്ടാരത്തിനടുത്തുള്ള കാട്ടിലെ പതിമൂന്ന് വനദേവതമാരെ!

എല്ലാ വനദേവതകളെയും ആൽബർട്ട് രാജാവ് ക്ഷണിച്ചിരുന്നു. പക്ഷേ, സ്ഥലത്തില്ലാതിരുന്ന ഒരു വനദേവതയെമാത്രം നേരിൽ ക്ഷണിക്കാൻ കഴിഞ്ഞില്ല!

അങ്ങനെ വിരുന്നുദിവസമെത്തി. പന്ത്രണ്ട് വനദേവതമാരും നേരത്തെതന്നെ എത്തിച്ചേർന്നു. ദേവതമാരെ രാജാവും പരിവാരങ്ങളും ചേർന്ന് ആഘോഷമായി സ്വീകരിച്ചു സ്വർണ്ണപീഠ

ങ്ങളിൽ ഇരുത്തി. അവർക്ക് സ്വർണ്ണപ്പാത്രങ്ങളിൽ ആഹാരം വിളമ്പി.

ഇതെല്ലാം കണ്ടുകൊണ്ട് പതിമൂന്നാമത്തെ വനദേവത അപ്പോൾ അവിടെയെത്തി. കോപംകൊണ്ട് ജ്വലിച്ച് ആ വനദേവത അലീനയെ നോക്കി പറഞ്ഞു. "പതിനഞ്ചാമത്തെ വയസ്സിൽ നിന്റെ വിരൽ നൂൽനൂല്ക്കുന്ന തക്ലിയിൽകൊണ്ട് മുറിയും. അങ്ങനെ നീ മരിക്കും!"

ജനങ്ങൾ ആ ശാപവാക്കുകൾ കേട്ട് ഞെട്ടി! ശാപമോഷത്തിനായി രാജാവും രാജ്ഞിയും വനദേവതയുടെ കാലിൽ വീണ് കേണെങ്കിലും പ്രയോജനമുണ്ടായില്ല. അവർ മറ്റു പന്ത്രണ്ടുവനദേവതകളുടെയും കാലുപിടിച്ച് കരഞ്ഞു. രാജാവിന്റെയും രാജ്ഞിയുടെയും ദുഃഖം കണ്ട് മനസ്സലിഞ്ഞ അവർ ശാപമോക്ഷം നല്കി. വിരൽ മുറിഞ്ഞാലും നിങ്ങളുടെ പുന്നാര മകൾ മരിക്കുകയില്ല. അവൾ നൂറുവർഷം ഉറങ്ങിക്കിടക്കും. ഒടുവിൽ ഒരു രാജകുമാരൻ അവളെ ഉണർത്തും!"

നൂറുവർഷം തന്റെ മകൾ ഉറങ്ങിക്കിടക്കുമെന്നോ? അതോർത്ത് വേവലാതിപൂണ്ട ആൽബർട്ട് രാജാവ് രാജ്യത്തെ എല്ലാ തക്ലികളും തറികളും നശിപ്പിക്കാൻ ഉത്തരവിട്ടു. എങ്കിൽപ്പിന്നെ അവളുടെ കൈമുറിയില്ലല്ലോ. മാത്രമോ? അവൾക്ക് അപകടമൊന്നും സംഭവിക്കുന്നില്ലെന്ന് ഉറപ്പുവരുത്താൻ അദ്ദേഹം രണ്ട് കാവൽഭടന്മാരെയും നിയമിച്ചു.

പതിനഞ്ചു വർഷം കഴിഞ്ഞു. അലീന വളർന്ന് ഒരു സുന്ദരിപ്പെണ്ണായി. ഒരുദിവസം രാത്രി, അവളുടെ രണ്ട് കാവൽഭടന്മാരും അറിയാതെ ഉറങ്ങിപ്പോയി. ഈ സമയം അലീനയ്ക്കൊരു മോഹം. കൊട്ടാരമൊക്കെ ഒന്നു ചുറ്റിനടന്നുകാണണം.

അങ്ങനെ കൊട്ടാരം നടന്നു കാണുന്നതിനിടയിൽ അടഞ്ഞു കിടന്നിരുന്ന ഒരു വാതിൽ അവൾ തള്ളിത്തുറന്നു.

ആ മുറിക്കുള്ളിലതാ ഒരു മുത്തശ്ശി! പഴയൊരു തക്ലിയിൽ കമ്പിളി നൂൽ നൂല്ക്കുകയാണ് ആ മുത്തശ്ശി!

അതുകണ്ട് രസം പിടിച്ച അലീന മുത്തശ്ശിയുടെ അടുത്തു ചെന്നിരുന്ന് തക്ലിയിൽ വെറുതെയൊന്ന് തൊട്ടു. തക്ലിയിൽ തൊട്ടതും അവളുടെ കൈവിരൽ മുറിഞ്ഞ് ചോരപൊടിഞ്ഞു!

അടുത്ത നിമിഷം അവൾ നീണ്ട ഉറക്കത്തിലേക്ക് വഴുതി വീണു. അലീന മാത്രമല്ല ഉറങ്ങിയത്. രാജാവും രാജ്ഞിയും ആ കൊട്ടാരത്തിലെ ജീവജാലങ്ങളൊക്കെയും നീണ്ട ഉറക്കത്തിലായി.

വർഷങ്ങൾ പലത് കഴിഞ്ഞു.

കൊട്ടാരം മുഴുവൻ കാടുമൂടി!

ആ മുൾക്കാടുകൾക്കിടയിൽ ഒരു രാജകൊട്ടാരമുണ്ടെന്നും അവിടെ നക്ഷത്രക്കണ്ണുള്ള ഒരു രാജകുമാരി ഉണ്ടെന്നുമുള്ള കഥകൾ നാടെങ്ങും പ്രചരിച്ചിരുന്നു.

മുൾച്ചെടികൾ വെട്ടിമാറ്റി രാജകുമാരിയെ രക്ഷിക്കാൻ

ധാരാളം യുവാക്കൾ എത്തിയെങ്കിലും എല്ലാവരും വിഷമുള്ളേറ്റ് മരണം വരിച്ചു.

അലീനയും കൊട്ടാരവും ഉറക്കത്തിലായിട്ട് നൂറുവർഷം കഴിഞ്ഞു. അക്കാലത്ത് ഒരുദിവസം അങ്ങകലെനിന്ന് സുന്ദരനും ധീരനുമായ ഒരു രാജകുമാരൻ അവിടെയെത്തി. അലൻ എന്ന രാജകുമാരൻ.

കാടുമൂടിക്കിടക്കുന്ന മനോഹരമായ കൊട്ടാരം കണ്ട് അലൻ അതിശയിച്ചു. കഴുത്തിൽ മാന്ത്രികവളയം ധരിച്ചിരുന്ന അവൻ ഒരു പോറൽ പോലുമേല്ക്കാതെ വിഷമുള്ളുകൾ നിറഞ്ഞ ആ

കാട് വെട്ടി നിരത്തി. എന്നിട്ട് അവൻ അലീനയും മുത്തശ്ശിയും ഉറങ്ങുന്ന മുറിയിലെത്തി.

അന്ന് അലീനയ്ക്ക് ശാപമേറ്റതിന്റെ നൂറാം വർഷം തികയുന്ന ദിവസമായിരുന്നു. അവൻ തൊട്ടതും അവൾ ഉറക്കത്തിൽനിന്ന് ഞെട്ടിയുണർന്നു!

മുത്തശ്ശിയും കൊട്ടാരത്തിലെ ആളുകളും ഉണർന്നു! കാടെല്ലാം മാഞ്ഞുപോയി, കൊട്ടാരം പഴയതുപോലെ തെളിഞ്ഞുവന്നു. നീണ്ട ഉറക്കത്തിൽനിന്നും തങ്ങളെ ഉണർത്തിയ രാജകുമാരനോടുള്ള നന്ദിസൂചകമായി സുന്ദരനായ അലന് നക്ഷത്രക്കണ്ണുള്ള തന്റെ മകളെ വിവാഹം കഴിച്ചുകൊടുക്കുവാൻ രാജാവ് തീരുമാനിച്ചു.

കൊട്ടാരത്തിൽ കൂറ്റൻ പന്തലുയർന്നു. ആ നാട്ടിലെ പതിമൂന്ന് വനദേവതമാരേയും ആൽബർട്ട് രാജാവും അലീനയും നേരിട്ടുചെന്ന് ക്ഷണിച്ചു.

അങ്ങനെ അലനും അലീനയും തമ്മിലുള്ള വിവാഹം ആഘോഷപൂർവ്വം നടന്നു. പതിമൂന്ന് വനദേവതമാരും അവരെ അനുഗ്രഹിക്കുകയും ചെയ്തു.

ചന്ദ്രനിലെ മരം!

പണ്ടുപണ്ട് വിയത്നാമിലെ ഒരു കൊച്ചു ഗ്രാമത്തിൽ ഒരു ബാലനുണ്ടായിരുന്നു. ഷെർബോ എന്നായിരുന്നു അവന്റെ പേര്. ബുദ്ധിമാനും മിടുക്കനുമായിരുന്നു അവനെങ്കിലും അതൊന്നും നല്ല കാര്യത്തിനല്ല അവൻ ഉപയോഗിച്ചിരുന്നത്. നുണ പറഞ്ഞു ഫലിപ്പിക്കാൻ ഷെർബോയെ കഴിഞ്ഞിട്ടേയുള്ളൂ മറ്റാരും!

ഷെർബോയുടെ അച്ഛനും അമ്മയും, അവന്റെ കുഞ്ഞുന്നാളിൽത്തന്നെ മരിച്ചുപോയി. അമ്മാവന്റെയും അമ്മായിയുടെയും കൂടെയാണ് അവൻ കഴിയുന്നത്. തന്നെ വളർത്തി വലുതാക്കിയ അമ്മാവനെയും അമ്മായിയെയും തരം കിട്ടുമ്പോഴൊക്കെ കള്ളത്തരങ്ങൾ പറഞ്ഞ് ഷെർബോ പറ്റിക്കുമായിരുന്നു.

ഒരുദിവസം ഷെർബോയുടെ അമ്മാവൻ കാളകളെയുംകൊണ്ട് വയലിൽ ഉഴാൻ പോയി. അമ്മായി അടുക്കളയിൽ തിരക്കിട്ട ജോലികളിലാണ്. പെട്ടെന്ന് ഷെർബോ ഓടി അമ്മാവന്റെ അടുത്തെത്തിയിട്ട് വെപ്രാളത്തോടെ ഉറക്കെ വിളിച്ചു പറഞ്ഞു. “അമ്മാവാ.. അമ്മാവാ.. ഓടി വരൂ! പാവം അമ്മായി ഏണിയിൽനിന്നും മൂക്കും കുത്തി താഴെ വീണു. എന്തുചെയ്യണമെന്നെനിക്കറിയില്ല.”

കേട്ടപാതി കേൾക്കാത്തപാതി വയലിലെ ചേറിൽനിന്നും

കാലുകൾ പോലും കഴുകാതെ അമ്മാവൻ വീട്ടിലേക്ക് ഓടി. അതേസമയം അമ്മാവൻ വീട്ടിലെത്തുന്നതിന് മുമ്പായി ഒരു കുറുക്കുവഴിയിലൂടെ ഷെർബോ ഓടിക്കിതച്ച് അമ്മായിയുടെ അടുത്തെത്തിയിട്ട് പറഞ്ഞു. "അമ്മായീ... അമ്മായീ പാടത്തുവെച്ച് അമ്മാവനെ കാളകുത്തി. പെട്ടെന്ന് ചെന്നില്ലേൽ പാവം അമ്മാവൻ മരിക്കും!"

ഷെർബോയുടെ വാക്കു കേൾക്കേണ്ട താമസം, അമ്മായി പുറത്തേക്ക് ഇറങ്ങിയോടി. അതുകണ്ട് അവൻ ചിരിച്ചിട്ട് വേഗം വീടിനുള്ളിൽ കയറി ഒളിച്ചിരുന്നു.

അമ്മായി ഓടി ഓടി ചെന്നപ്പോൾ റോഡിലെ ഒരു വളവിൽ വെച്ച് തന്റെ ഭർത്താവിനെ കണ്ടു. രണ്ടുപേരും മുഖത്തോടു മുഖം നോക്കി അത്ഭുതപ്പെട്ട് നിന്നുപോയി.

അവർക്കിരുവർക്കും പെട്ടെന്ന് കാര്യം പിടികിട്ടി.

"ഹും, അവന്റെ അവസാനത്തെ പറ്റിക്കലായിരിക്കണം ഇത്?"

ഷെർബോയുടെ അമ്മാവൻ ദേഷ്യത്തോടെ പറഞ്ഞു.

അവർ വീട്ടിലേക്ക് ചെന്ന് ഷെർബോയെ ഒളിച്ചിരുന്ന സ്ഥലത്തുനിന്നും പിടിച്ചിറക്കിക്കൊണ്ടുവന്ന്, മുളകൊണ്ടുണ്ടാക്കിയ ഒരു വലിയ കൂടയ്ക്കകത്താക്കി അടച്ചു!

നേരമിരുട്ടിയപ്പോൾ അമ്മാവനും അമ്മായിയും കൂടി ഷെർബോയെ കൂടയോടെ പൊക്കിയെടുത്ത് നദിക്കരയിലേക്ക് കൊണ്ടുപോയി. എന്നിട്ട് വെള്ളത്തിലെറിയാൻ ഒരുങ്ങിയപ്പോൾ ഷെർബോ നിലവിളിച്ചുകൊണ്ട് പറഞ്ഞു: "അമ്മാവാ, അമ്മാവാ, ഞാൻ ചെയ്തത് തെറ്റാണെന്നറിയാം! ദയവു ചെയ്ത് എന്റെ അവസാനത്തെ ആഗ്രഹം സാധിച്ചു തരണം! എന്റെയൊരു പുസ്തകം വീട്ടിൽനിന്ന് എടുത്തുകൊണ്ടുത്തരണം. നരകത്തിൽ എത്തുമ്പോൾ എനിക്കത് വായിച്ചുകൊണ്ടിരിക്കാമല്ലോ."

അമ്മാവനും അമ്മായിയും പുസ്തകമെടുക്കാൻ വീട്ടിലേക്ക് പോയി. ഷെർബോ കൂടയ്ക്കുള്ളിൽ വിഷമിച്ചിരിക്കുമ്പോഴാണ് ഒരു അന്ധൻ നദിക്കരയിലെത്തിയത്. ഷെർബോ പെട്ടെന്ന്

കിട്ടണമെങ്കിൽ വേഗം നിങ്ങളീ കൂടയുടെ മൂടി തുറക്കൂ. നിങ്ങളുടെ അന്ധത മാറ്റാനുള്ള വഴി ഞാൻ പറഞ്ഞുതരാം.”

അന്ധനായ മനുഷ്യനുണ്ടോ സന്തോഷമടക്കാൻ കഴിയുന്നു? അയാൾ വേഗം തപ്പിത്തടഞ്ഞ് ആ ശബ്ദം കേട്ട സ്ഥലത്തെത്തി. അല്പസമയത്തെ പരിശ്രമത്തിനുശേഷം കൂടയുടെ മൂടി തുറന്നു. ഷെർബോ പെട്ടെന്ന് ചാടിയിറങ്ങി ഓടിപ്പോയി!

കുറേനേരം കഴിഞ്ഞപ്പോൾ പുസ്തകം കിട്ടിയില്ല എന്നുപറയാൻ അമ്മാവനും അമ്മായിയും അവിടെ എത്തിയപ്പോഴോ? കൂടയതാ തുറന്നുകിടക്കുന്നു! ഒപ്പം കണ്ണുകാണാത്ത ഒരു പാവം മനുഷ്യനും! ഷെർബോ വീണ്ടും തങ്ങളെ കബളിപ്പിച്ചുവെന്ന് അമ്മാവനും അമ്മായിക്കും മനസ്സിലായി.

ഷെർബോ കൂടയിൽനിന്നും ഇറങ്ങി ഓടിപ്പോയത് പെരുങ്കാട്ടിനുള്ളിലേക്കായിരുന്നു. ഭാഗ്യമെന്നല്ലാതെ എന്തുപറയാൻ.

അവന് സ്വർണ്ണനാണയങ്ങൾ നിറച്ച ഒരു പെട്ടി കളഞ്ഞുകിട്ടി! അവൻ അതുമായി അമ്മാവന്റെയും അമ്മായിയുടെയും അടുത്തെത്തി. ഷെർബോ സ്വർണ്ണനാണയവുമായി വന്നതുകൊണ്ട് അമ്മാവനും അമ്മായിക്കും സന്തോഷമായി.

അപ്രതീക്ഷിതമായി കൈവന്ന ഭാഗ്യത്തിലൂടെ അവർ നാട്ടിലെ സമ്പന്നരായിത്തീർന്നു. ഗ്രാമത്തിലെ സുന്ദരിയായ ഒരു പെൺകുട്ടിയെ ഷെർബോ വിവാഹം കഴിച്ചു.

കാലം കഴിഞ്ഞുപോയി. ഷെർബോയുടെ അമ്മാവനും അമ്മായിയും മരിച്ചു. അതോടെ അവനെ ശകാരിക്കാനും ഗുണ ദോഷിക്കാനുമൊന്നും ആരുമില്ലാതെയായി.

ഒരിക്കൽ കാട്ടിലൂടെ നടക്കുമ്പോൾ ഷെർബോയുടെ കാൽ ഒരു കുറ്റിയിൽ തട്ടിമുറിഞ്ഞു. അവൻ വേദനകൊണ്ട് പിടഞ്ഞു. അതുവഴി വന്ന ഒരു വൃദ്ധൻ, ഒരു മരത്തിന്റെ ചുവട്ടിലേക്ക് ഷെർബോയെ കൂട്ടിക്കൊണ്ടുപോയി. എന്നിട്ട് ആ മരത്തിന്റെ കുറെ ഇലകൾ പറിച്ചെടുത്ത് ഇടിച്ചു പിഴിഞ്ഞ് ഷെർബോയുടെ മുറിവിൽ അമർത്തിവെച്ചു. അത്ഭുതം ഷെർബോയുടെ മുറിവു ണങ്ങുകയും വേദന മാറുകയും ചെയ്തു! ആ വൃദ്ധൻ അങ്ങ കലെ മറഞ്ഞപ്പോൾ ഷെർബോ എന്തുചെയ്തെന്നോ? ആ അത്ഭു തമരത്തെ വേരോടു കൂടി പിഴുതെടുത്ത് വീട്ടിൽ കൊണ്ടുപോ യി. എന്നിട്ട് വീട്ടുമുറ്റത്ത് ആ മരം നട്ടു.

“ഈ മരത്തിന്റെ ഇലകൾക്ക് മുറിവുണക്കാനുള്ള കഴിവു ണ്ട്. ദൈവം എനിക്കു തന്ന മരമാണിത്. ഈ മരത്തെ നന്നായി പരിചരിക്കണം. ഇതിന്റെ ചുവട്ടിൽ ചപ്പുചവറുകളിടരുത്!” ഷെർബോ തന്റെ ഭാര്യയോട് പറഞ്ഞു.

ആദ്യമൊക്കെ ഷെർബോ പറഞ്ഞതുപോലെ ഭാര്യ ചെയ്തു. പക്ഷേ, തന്നെപ്പോലും അവഗണിച്ചുകൊണ്ട് ഷെർബോ മര ത്തിനെ മാത്രം സ്നേഹിക്കാൻ തുടങ്ങിയപ്പോൾ ഭാര്യക്ക് ദേഷ്യ മായി. ഒരുദിവസം അവൾ പറഞ്ഞു: “ഹും നോക്കിക്കോ, ഞാൻ മരത്തിന്റെ ചുവട്ടില് ചവറ് വലിച്ചെറിയും!”

എന്നിട്ടവൾ അടുക്കളയിൽ വെച്ചിരുന്ന ചവറ്റുതൊട്ടിയിലെ ചവറുകളൊക്കെയെടുത്ത് മരത്തിന്റെ ചുവട്ടിൽ കൊണ്ടിട്ടു. പെട്ടെന്ന് ആ മരം വേരുകളെല്ലാം മണ്ണിൽനിന്നും പറിച്ചെടുത്തു കൊണ്ട് വായുവിലേക്ക് ഉയർന്നു! ഷെർബോ മരത്തിന്റെ അടു ത്തേക്ക് ഓടിച്ചെന്ന് അതിന്റെ വേരുകളിൽ കയറിപ്പിടിച്ചു. മരം

അവനെയുംകൊണ്ട് ഉയർന്നുയർന്നു ആകാശത്തേക്കു പോയി. എന്നിട്ടും ഷെർബോ മരത്തിന്റെ വേരിന്മേലുള്ള പിടി വിട്ടില്ല.

മരം പറന്നുപറന്ന് ഒടുവിൽ ചന്ദ്രനിൽ എത്തി. അത് ചന്ദ്രനിലെ മരമായിത്തീർന്നു!

തെളിഞ്ഞ ആകാശമുള്ള പൗർണ്ണമി നാളുകളിൽ ചന്ദ്രനിലേക്ക് സൂക്ഷിച്ചുനോക്കിയാൽ ആ മരത്തിന്റെ രൂപവും അതിന്റെ ചുവട്ടിൽ വ്യസനത്തോടെ ഇരിക്കുന്ന ഷെർബോയുടെ രൂപവും കാണാമെന്നാണ് വിയത്നാമിലെ ജനങ്ങൾ ഇന്നുംപറയുന്നത്!

അവരെക്കണ്ടവര് കണ്ടില്ല!

പണ്ടുപണ്ട് യുക്രൈനിൽ ലിംബാനി എന്നൊരു രാജാവുണ്ടായിരുന്നു. കുതിരസവാരിയിൽ വലിയ കമ്പമായിരുന്നു അദ്ദേഹത്തിന്. എന്നും രാവിലെ തന്റെ കുതിരപ്പുറത്ത് കയറി കുറെ ദൂരം സഞ്ചരിക്കുന്ന ശീലം അദ്ദേഹത്തിനുണ്ടായിരുന്നു.

ഒരു ദിവസം രാജാവ് തന്റെ കുതിരയുമായി സവാരിക്ക് പുറപ്പെട്ടു. കഠിനമായ ചൂടുകാരണം അധികദൂരം സഞ്ചരിക്കാൻ അദ്ദേഹത്തിനായില്ല. ഉച്ചയായപ്പോൾ കുറച്ചു സമയം വിശ്രമിക്കാനായി

രാജാവ് അടുത്തുകണ്ട കൂറ്റൻ പാറയുടെ മറവിൽ ചെന്നിരുന്നു. കുതിരയേയും അല്പനേരം വിശ്രമിക്കാൻ വിട്ടു.

"ടപ്പ്... ടപ്പ്... ടപ്പ്" പെട്ടെന്ന് കുതിരക്കുളമ്പടി ശബ്ദം! രാജാവ് തലയുയർത്തി വഴിയിലേക്കു നോക്കി. അപ്പോഴതാ, തന്റെ കൊട്ടാരത്തിലെ മൂന്നു പടയാളികൾ കുതിരപ്പുറത്ത് അതിവേഗത്തിൽ പാഞ്ഞുപോകുന്നു. 'അവരീ വഴിക്ക് വരേണ്ട കാര്യമില്ലല്ലോ! കൊട്ടാരത്തിൽ അസാധാരണമായി എന്തെങ്കിലും സംഭവിച്ചോ?' രാജാവ് ആലോചനയിൽ മുഴുകി. പക്ഷേ, അപ്പോഴേക്കും പടയാളികൾ അങ്ങ് ദൂരെ മറഞ്ഞുകഴിഞ്ഞിരുന്നു. സമയം പാഴാക്കാതെ രാജാവ് തന്റെ കുതിരപ്പുറത്തുകയറി കൊട്ടാരത്തിലെത്തി.

രാജാവിനെ കണ്ടയുടനെ മന്ത്രി ഓടിക്കിതച്ച് അടുത്തെത്തി. പടയാളികൾ ചെന്ന് വിവരമറിയിച്ചിട്ടാവും രാജാവ് വേഗം മടങ്ങി വന്നതെന്നാണ് മന്ത്രി വിചാരിച്ചത്. "പ്രഭോ വലിയമ്മാവൻ അങ്ങയെ കാത്തിരിക്കുകയാണ്. നമുക്ക് വേഗം അങ്ങോട്ടു പോകാം." മന്ത്രി പറഞ്ഞു: "അല്ല, അങ്ങയെ തേടി വന്ന പടയാളികൾ എന്താണ് അങ്ങയോടൊപ്പം തിരിച്ചുവരാതിരുന്നത്?"

അപ്പോഴാണ് രാജാവിന് കാര്യങ്ങൾ മനസ്സിലായത്.

"അവരെക്കണ്ടവര് കണ്ടില്ല." എന്നു പ്രധാനമന്ത്രിയോടു പറഞ്ഞിട്ട് രാജാവ് വലിയമ്മാവനെ കാണാൻ പോയി.

രാജാവ് പറഞ്ഞതിന്റെ അർത്ഥമുണ്ടോ പ്രധാനമന്ത്രിക്ക് മനസ്സിലാകുന്നു? പട്ടാളക്കാരെ രാജാവ് കണ്ടെന്നും, എന്നാൽ രാജാവിനെ പട്ടാളക്കാർ കണ്ടില്ലെന്നുമുള്ള വിവരം പ്രധാനമന്ത്രിക്കറിയില്ലല്ലോ. രാജാവിന്റെ വലിയമ്മാവനെ ആദരിക്കുവാൻ വലിയൊരു വിരുന്നൊരുക്കുന്ന തിരക്കിൽ, രാജാവിനെ അന്വേഷിച്ചുപോയ ഭടന്മാരെക്കുറിച്ച് കൂടുതലെന്തെങ്കിലും അന്വേഷിക്കാൻ മന്ത്രിക്ക് സമയം കിട്ടിയതുമില്ല.

രാജാവിനെ അന്വേഷിച്ചുപോയ ഭടന്മാരാകട്ടെ, രാജാവ് പതിവായി പോകുന്ന എല്ലാ സ്ഥലങ്ങളിലും അന്വേഷിച്ചു. വഴിയരികുകളിലും കുറ്റിക്കാട്ടിലുമൊക്കെ അവർ രാജാവിനെ തിരഞ്ഞു. എന്നിട്ടും രാജാവിനെ കണ്ടെത്താനാവാതെ അവർ പരിഭ്രമിച്ചു.

"ദൈവമേ! നമ്മുടെ രാജാവിനെന്തുപറ്റിയോ ആവോ? അയൽ രാജ്യത്തെ ഭടന്മാരെങ്ങാനും തട്ടിക്കൊണ്ടു പോയതാ

യിരിക്കും. എത്രയും വേഗം കൊട്ടാരത്തിലറിയിക്കുക തന്നെ." കൂട്ടത്തിലൊരു ഭടൻ മറ്റു രണ്ടുപേരോടുമായി പറഞ്ഞു. പിന്നെ വൈകിയില്ല. അവർ കൊട്ടാരത്തിലേക്കു പാഞ്ഞു:

"നമ്മുടെ രാജാവിനെ അയൽരാജ്യത്തെ ഭടന്മാർ തട്ടിക്കൊണ്ടുപോയിരിക്കുന്നു!" രാജാവിനെ തിരക്കിപ്പോയ മൂന്നു ഭടന്മാരും കൊട്ടാരത്തിലെത്തി സേനാനായകനോടു പറഞ്ഞു. ഉടൻതന്നെ സേനാനായകൻ കല്പിച്ചു. "ഭടന്മാരെല്ലാവരും വേഗം യുദ്ധത്തിനു തയ്യാറായി കൊട്ടാരമുറ്റത്തെത്തുക!"

ഇതു കേൾക്കേണ്ട താമസം, പട്ടാളക്കാർ മുഴുവനും ആയുധങ്ങളുമേന്തി മാർച്ചു ചെയ്ത് കൊട്ടാരമുറ്റത്തെത്തി.

പടയാളികൾ മാർച്ചു ചെയ്യുന്നതിന്റെ ശബ്ദം കേട്ട് രാജാവും വലിയമ്മാവനും പുറത്തേക്കു നോക്കി. തന്നെ കാണാതായതിനാൽ സൈനികർ യുദ്ധത്തിന് പുറപ്പെട്ടതാണെന്ന കാര്യം രാജാവുണ്ടോ അറിയുന്നു! രാജാവ് കൊട്ടാരത്തിൽ തിരിച്ചെത്തിയെന്ന കാര്യം ഭടന്മാരും അറിഞ്ഞതേയില്ല.

"മാനിക്കേണ്ടവരെ തക്ക സമയത്ത് മാനിക്കുവാൻ നീ കാണിക്കുന്ന ഉത്സാഹം പ്രശംസനീയം തന്നെ. നമ്മെ ബഹുമാനിക്കുവാൻ ഒരുക്കിയ ഈ പട്ടാളപരേഡിൽ നാം തികച്ചും സംതൃപ്തനാണ്. അതുകൊണ്ടുതന്നെ എന്റെ സ്വത്തിൽ നിനക്ക് തരാമെന്ന് ഞാൻ അഗ്രഹിച്ചിരുന്നതിന്റെ ഇരട്ടി സ്വത്ത് ഞാൻ നിനക്കു തരുന്നതാണ്!" വലിയമ്മാവൻ രാജാവിനോടു പറഞ്ഞു.

തന്നോടുള്ള ബഹുമാനാർത്ഥം രാജാവ് ഒരു പട്ടാളപരേഡ് നടത്തിയിരിക്കുകയാണെന്നാണ് വലിയമ്മാവൻ വിചാരിച്ചത്. അടുത്തു നിന്ന രാജാവിനും മന്ത്രിക്കും കാര്യങ്ങളൊന്നും പിടികിട്ടിയതേയില്ല. എങ്കിലും സ്വത്തു കിട്ടുമെന്ന കാര്യമോർത്തപ്പോൾ രാജാവിനു സന്തോഷമായി.

രാജാവിനെ മട്ടുപ്പാവിൽ കണ്ടപ്പോൾ പടയാളികളെല്ലാം അന്തം വിട്ടു. എന്തോ അബദ്ധം പറ്റിയിട്ടുണ്ടെന്നു മനസ്സിലാക്കിയ അവർ ആയുധങ്ങളെല്ലാം കൊണ്ടുവെച്ചിട്ട് വേഗം മടങ്ങിപ്പോയി.

ഇതൊക്കെ കണ്ട് സന്തോഷത്തോടെ രാജാവിന്റെ വലിയമ്മാവൻ മടങ്ങിപ്പോയി. കോലാഹലങ്ങളെല്ലാം ഒന്നടങ്ങിയപ്പോൾ

രാജാവ് തന്നെ അന്വേഷിച്ചുവന്ന മൂന്നു ഭടന്മാരെയും വിളിപ്പിച്ചു. എന്നിട്ട് എന്താണ് ഉണ്ടായതെന്ന് അന്വേഷിച്ചു. അവർ ഉണ്ടായ കാര്യങ്ങളെല്ലാം വിശദീകരിച്ചു.

അപ്പോൾ രാജാവ് പറഞ്ഞു: "നിങ്ങളുടെ ആത്മാർത്ഥത നല്ലതുതന്നെ. പക്ഷേ, ഏതു കാര്യം ചെയ്യുമ്പോഴും അതിന്റെ സത്യാവസ്ഥ എന്താണെന്ന് അന്വേഷിക്കണം!"

എന്തായാലും രാജാവ് അവർക്ക് ധാരാളം സമ്മാനങ്ങൾ നല്കിയിട്ടാണ് പറഞ്ഞയച്ചത്. അങ്ങനെ എല്ലാവരും സന്തോഷത്തോടെ അവരവരുടെ ജോലിക്കായി പോയി.

ഒറ്റക്കാലൻ കൊക്ക്

പണ്ട് ഫ്രാൻസിൽ സമർത്ഥനായ ഒരു വേട്ടക്കാരനുണ്ടായിരുന്നു. കുറാഡോ എന്നായിരുന്നു അയാളുടെ പേര്.

ഒരുദിവസം വേട്ടയ്ക്ക് പോയ കുറാഡോയ്ക്ക് തടിച്ചു കൊഴുത്ത ഒരു കൊക്കിനെ കിട്ടി. അത്താഴത്തിന് അതിനെ മുഴുവനായി പൊരിച്ചെടുക്കാൻ വേലക്കാരനായ വില്യമിനെ ഏല്പിച്ച് കുറാഡോ, സായാഹ്ന സവാരിക്കിറങ്ങി.

വില്യം മസാലയൊക്കെ പുരട്ടി കൊക്കിനെ പാകം ചെയ്യാൻ തുടങ്ങി. കുറച്ചു കഴിഞ്ഞപ്പോൾ വില്യമിന്റെ ഒരു ചങ്ങാതി അവിടെയെത്തി. എണ്ണയിൽ കിടന്ന് പൊരിയുന്ന കൊക്കിറച്ചിയുടെ മണമടിച്ചപ്പോൾ ചങ്ങാതിയുടെ വായിൽ വെള്ളം നിറഞ്ഞു. കൊതി സഹിക്കാനാകാതെ അയാൾ വില്യമിനോട് ചോദിച്ചു: "ചങ്ങാതീ ആ കൊക്കിന്റെ ഒരു കാല് എനിക്കു തരുമോ?

"ഹേയ് അതു പറ്റില്ല! വിളമ്പി വയ്ക്കുമ്പോൾ കൊക്കിന് കാലില്ലെങ്കിൽ ജോലി പോകുന്നത് എന്റെയാ!" വില്യം പറഞ്ഞു.

വില്യമിന്റെ മറുപടി അവന്റെ ചങ്ങാതിക്ക് തീരെ ഇഷ്ടമായില്ല. "ഹും എടാ നന്ദിയില്ലാത്തവനേ നിനക്ക് ഞാനെന്തൊക്കെ ഉപകാരങ്ങൾ ചെയ്തിട്ടുണ്ട്. എന്നിട്ട് വെറുമൊരു കൊക്കിന്റെ കാല് ചോദിച്ചപ്പം നിന്റെയൊരു ഗമ! നന്ദി വേണമെടാ നന്ദി!

നീയുമായുള്ള എല്ലാ ബന്ധങ്ങളും ഞാനിന്ന് അവസാനിപ്പിക്കുകയാ!" കൂട്ടുകാരൻ പിണങ്ങിപ്പോകാൻ തുടങ്ങി.

ചങ്ങാതി പിണങ്ങിപ്പോകുന്നതു കണ്ടപ്പോൾ വില്യം അയാളെ തിരികെ വിളിച്ചു. എന്നിട്ട് കൊക്കിന്റെ ഒരു കാല് അയാൾക്ക് തിന്നാൻ കൊടുത്തു. കൊതിയോടെ കൊക്കിന്റെ കാല് വെട്ടി വിഴുങ്ങി ചുണ്ടും നൊട്ടിനുണഞ്ഞ് അയാൾ വില്യമിനോട് യാത്ര പറഞ്ഞ് മടങ്ങിപ്പോയി.

അത്താഴത്തിന്റെ സമയമായപ്പോൾ വേട്ടക്കാരൻ കുറാഡോ തീൻ മേശയ്ക്കരികിലെത്തി. വേലക്കാരൻ വില്യം കൊക്കിനെ പൊരിച്ചത് അദ്ദേഹത്തിന്റെ മുന്നിൽകൊണ്ടുവച്ചു. കൊക്കിന് ഒരു കാല് ഇല്ലെന്ന കാര്യം കുറാഡോ ഒറ്റനോട്ടത്തിൽത്തന്നെ കണ്ടുപിടിച്ചു. "ഹും ഈ കൊക്കിന്റെ മറ്റെ കാലെവിടെ?" കുറാഡോ ചോദിച്ചു.

"ങേ മറ്റേ കാലോ? കൊക്കിന് ഒരു കാലേ ഉള്ളൂവെന്ന് അങ്ങേക്കറിയില്ലേ. അത് ആ പാത്രത്തിലുണ്ടല്ലോ." വില്യം പരിഭ്രമമൊന്നുംകൂടാതെ ഉറച്ച സ്വരത്തിൽ പറഞ്ഞു.

കുറാഡോയ്ക്ക് ദേഷ്യമായി. "ഹും, കൊക്കിന് ഒരുകാലേ ഉള്ളുവെന്നോ? ഒരു വേട്ടക്കാരനായ എന്നെയാണോ നീ പഠിപ്പിക്കുന്നത്?"

"ഞാൻ പറഞ്ഞത് വിശ്വാസമായില്ലെങ്കിൽ യജമാനൻ നാളെ രാവിലെ എന്റെയൊപ്പം വന്നാൽ മതി. കൊക്കുകൾക്ക് ഒറ്റക്കാലേയുള്ളൂവെന്ന് ഞാൻ തെളിയിച്ചു തരാം" വില്യം പറഞ്ഞു.

"അങ്ങനെയെങ്കിൽ അങ്ങനെ. പക്ഷേ, നിനക്കത് തെളിയിക്കാൻ കഴിഞ്ഞില്ലെങ്കിൽ നിന്റെ കാല് ഞാൻ തല്ലിയൊടിക്കും." കുറാഡോ ഒട്ടും മയമില്ലാതെ പറഞ്ഞു.

പിറ്റേന്ന് രാവിലെ വില്യമിനെയും കൂട്ടി കുറാഡോ പുഴക്കരയിലേക്കു തിരിച്ചു. തലേ രാത്രിയിലെ ചുണയൊന്നും അപ്പോൾ വില്യമിന്റെ മുഖത്തുണ്ടായിരുന്നില്ല. എന്നാൽ നദിക്കരയിലെത്തിയപ്പോൾ അവന്റെ മുഖം തെളിഞ്ഞു. ധാരാളം കൊക്കുകൾ ഒറ്റക്കാലിൽ നില്ക്കുന്നു. ഉറങ്ങുമ്പോൾ കൊക്കുകൾ ഒറ്റക്കാലിലാണല്ലോ നില്ക്കുക.

വില്യമിന് നഷ്ടപ്പെട്ട വീര്യം തിരിച്ചുകിട്ടി.

“യജമാനന്നേ, അങ്ങോട്ടു നോക്ക്. കണ്ണു തുറന്ന് നോക്ക്. കൊക്കിന് എത്രകാലുണ്ടെന്ന് ഞാൻ പറഞ്ഞത് സത്യമാണെന്ന് ഇപ്പോൾ ബോദ്ധ്യമായില്ലേ?”

അപ്പോൾ കുറാഡോ പുച്ഛത്തോടെ വില്യമിനെ നോക്കി.

“ഹും ഇപ്പോൾ ഒരു കാലേയുള്ളൂ. പക്ഷേ, രണ്ടാമത്തെ കാല്

ഞാനിപ്പോൾ കാണിച്ചു തരാം!" എന്നു പറഞ്ഞ് കുറാഡോ "കൂയ്" എന്നൊരു ശബ്ദമുണ്ടാക്കി.

ശബ്ദം കേട്ട് കൊക്കുകൾ രണ്ടു കാലും തറയിൽ ഊന്നിയിട്ട് പറന്നുയർന്നു.

"നോക്ക് കണ്ണു തുറന്നു നോക്ക്. ഇപ്പോൾ എത്ര കാലുണ്ടെന്ന്. ഇനി നിനക്കു വല്ലതും പറയാനുണ്ടോ?" കുറാഡോ വിജയഭാവത്തിൽ ചോദിച്ചു.

അപ്പോൾ വില്യം വിനയപൂർവ്വം പറഞ്ഞു: "അങ്ങ് 'കൂയ്' എന്ന് ശബ്ദമുണ്ടാക്കിയപ്പോഴാണല്ലോ കൊക്കുകളുടെ രണ്ടാമത്തെ കാല് വെളിയിൽ വന്നത്. ഇന്നലെ രാത്രി ഞാൻ കൊണ്ടുവന്ന പൊരിച്ച കൊക്കിനെ നോക്കി ഇതുപോലെ 'കൂയ്' എന്ന് ശബ്ദമുണ്ടാക്കിയിരുന്നെങ്കിൽ അതിന്റെ രണ്ടാമത്തെ കാലും അപ്പോൾ വെളിയിൽ വരുമായിരുന്നു!"

വില്യമിന്റെ മറുപടി കേട്ട് ഗൗരവത്തിൽ നില്ക്കുകയായിരുന്ന കുറാഡോ പൊട്ടിച്ചിരിച്ചുപോയി. വില്യമിനോടുള്ള ദേഷ്യമൊക്കെ മാറിയ കുറാഡോ അവനേയും കൂട്ടി വീട്ടിലേക്കു നടന്നു.

തക്കാളിയിൽ അടങ്ങിയിരിക്കുന്നത് ഓക്സാലിക് ആസിഡാണ്. 'കൊക്കസ് ന്യൂസിഫെറ' എന്നാണ് തെങ്ങിന്റെ ശാസ്ത്രീയ നാമം. വ്യാഴഗ്രഹത്തിന് സൂര്യനെ ചുറ്റാൻ 12 കൊല്ലം വേണം.

ഒരിനം നിശാശലഭത്തിന്റെ പുഴുവാണ് പട്ടുനൂല്പുഴു.

സ്വപ്നം കണ്ടാൽ...!

പണ്ടുപണ്ടൊരു കാട്ടിൽ ഒരു മൂങ്ങയും ആനയും ഉണ്ടായിരുന്നു. വലിയ കൂട്ടുകാരായിരുന്നു അവർ.

ഒരുദിവസം ആന പെരുവയറ് നിറയ്ക്കാൻ ആഹാരം തേടി ഉൾക്കാട്ടിലേക്കു പോയി. പക്ഷേ, അവൻ ചെന്നുപെട്ടത് ഭയങ്കരന്മാരായ രാക്ഷസന്മാരുടെ നടുവിലായിരുന്നു. അവരുടെ താവളമായിരുന്നു അതെന്ന കാര്യം പാവം ആന അറിഞ്ഞിരുന്നില്ല.

ആനയെ കണ്ടപ്പോൾ രാക്ഷസന്മാർക്കൊക്കെ സന്തോഷമായി. കാരണമെന്തെന്നല്ലേ? തലേദിവസം ഉറക്കത്തിൽ രാക്ഷസന്മാരുടെ രാജാവു ഒരു സ്വപ്നം കണ്ടിരുന്നു– തടിച്ചുകൊഴുത്ത ഒരു ആനയെ തിന്നുന്ന സ്വപ്നം! ഇക്കാര്യം രാജാവ് രാക്ഷസന്മാരോട് പറയു

കയും ചെയ്തിരുന്നു.

രാക്ഷസന്മാരെല്ലാവരും കൂടി അപ്പോൾത്തന്നെ ആനയെ കൊല്ലാനുള്ള ശ്രമം തുടങ്ങി. "ഹയ്യയ്യോ, എന്തിനാ നിങ്ങളെന്നെ കൊല്ലാൻ പോകുന്നത്?" ആന പേടിയോടെ ചോദിച്ചു.

രാജാവ് സ്വപ്നം കണ്ടകാര്യം രാക്ഷസന്മാർ ആനയോട് പറഞ്ഞു. പേടിച്ചു വിറച്ച ആന പലതും പറഞ്ഞുനോക്കി. പക്ഷേ, ഭയങ്കരന്മാരായ രാക്ഷസന്മാരുടെ മനസ്സലിഞ്ഞില്ല.

"ഞങ്ങളുടെ രാജാവ് ആനയെ തിന്നുന്നതായി സ്വപ്നം കണ്ടെങ്കിൽ നിന്നെ തിന്നാൻ ഞങ്ങളുടെ രാജാവിന് അവകാശമുണ്ട്!" രാക്ഷസന്മാർ ഒരേ സ്വരത്തിൽ പറഞ്ഞു.

അപ്പോൾ ആന ഒരു സൂത്രം പ്രയോഗിച്ചു. ആന പറഞ്ഞു: "മരിക്കുന്നതിനു മുമ്പ് എനിക്കൊരാഗ്രഹമുണ്ട്. എന്റെ സുഹൃത്തായ മൂങ്ങയെ ഒന്നു കാണാൻ നിങ്ങളെന്നെ അനുവദിക്കണം."

ഒടുവിൽ ആനയുടെ ആഗ്രഹം സാധിച്ചുകൊടുക്കാൻ രാക്ഷസരാജാവ് സമ്മതിച്ചു. അങ്ങനെ ആന തന്റെ പ്രിയ സ്നേഹിതനായ മൂങ്ങയുടെ അടുത്തെത്തി. ആന ഓടി രക്ഷപ്പെടാതിരിക്കാനായി കുറെ രാക്ഷസന്മാരും ആനയോടൊപ്പം പോയി!

"ഞാൻ രാക്ഷസരാജാവിന്റെ ഭക്ഷണമായിത്തീരാൻ പോകുന്നു. അതിനു മുമ്പ് നിന്നെ ഒന്നു കാണാനാണ് ഞാൻ വന്നത്!" ആന എല്ലാ കാര്യങ്ങളും മൂങ്ങയോട് പറഞ്ഞു.

"പേടിക്കേണ്ട! ഞാൻ നിന്നെ രക്ഷിക്കാം.!" ആനയുടെ ചെവിയിൽ ഇങ്ങനെ പറഞ്ഞിട്ട് മൂങ്ങ രാക്ഷസന്മാരുടെ നേരെ തിരിഞ്ഞു: "എന്റെ ഈ ചങ്ങാതി കുറച്ചുസമയംകൂടിയല്ലേ ജീവിച്ചിരിക്കുകയുള്ളൂ! അതുകൊണ്ട് ഞാനും എന്റെ ചങ്ങാതിയോടൊപ്പം വരുന്നുണ്ട്!"

അങ്ങനെ ആനയും മൂങ്ങയും രാക്ഷസന്മാരോടൊപ്പം ഉൾക്കാട്ടിലേക്കു പോയി. ആനയുടെ പുറത്തിരുന്നായിരുന്നു മൂങ്ങയുടെ യാത്ര.

ആന നടന്നുനടന്ന് രാക്ഷസന്മാരുടെ താവളത്തിലെത്തിയപ്പോൾ നല്ലൊരു ഉറക്കം കഴിഞ്ഞമട്ടിൽ മൂങ്ങ ഉണർന്നു. അവൻ

തന്റെ ഉണ്ടക്കണ്ണുകൾ തുറന്ന് ചുറ്റും നില്ക്കുന്ന രാക്ഷസന്മാരെ നോക്കിയിട്ട് പറഞ്ഞു:

"ഹ! ഹ! ഹ! ഞാൻ ഉറക്കത്തിൽ നല്ലൊരു സ്വപ്നം കണ്ടു. നിങ്ങളുടെ മഹാറാണിയെ ഞാൻ വിവാഹം കഴിക്കുമെന്ന്! എവിടെയാണവൾ? എനിക്കവളെ ഇപ്പോൾതന്നെ വിവാഹം കഴിക്കണം! വേഗം കൂട്ടിക്കൊണ്ടുവരൂ."

മൂങ്ങയുടെ ആവശ്യം രാക്ഷസന്മാർക്കുണ്ടോ ഇഷ്ടമാകുന്നു? അവർ ഒറ്റക്കെട്ടായി മൂങ്ങയോടു പറഞ്ഞു: "ഹി! ഹി! സ്വപ്നത്തിൽ നീ ഞങ്ങളുടെ റാണിയെ വിവാഹം കഴിച്ചെന്നു കരുതി, അവരെ കല്യാണം കഴിക്കാമെന്ന് മോഹിക്കണ്ട!"

അത് കേൾക്കാനല്ലേ മൂങ്ങയും കാത്തിരുന്നത്.

"എന്റെ സ്വപ്നം സത്യമാക്കാൻ കഴിയാത്ത നിങ്ങളെങ്ങനെയാണ് നിങ്ങളുടെ രാജാവിന്റെ സ്വപ്നം നിറവേറ്റിക്കൊടുക്കുന്നത്? നിങ്ങളുടെ രാജാവ് ആനയെ തിന്നട്ടെ! ഞാൻ നിങ്ങളുടെ മഹാറാണിയെ വിവാഹം കഴിക്കാം!" മൂങ്ങ അത്രയും പറഞ്ഞിട്ട് രാക്ഷസന്മാരെയൊന്നു നോക്കി.

രാക്ഷസന്മാർ പിന്നെയൊന്നും മിണ്ടിയില്ല. ആനയെ വെറുതെ വിടാൻ അവർ തീരുമാനിച്ചു. അങ്ങനെ മൂങ്ങയും ആനയും രാക്ഷസന്മാരുടെ താവളത്തിൽനിന്ന് വേഗം രക്ഷപ്പെട്ടു.

പ്രവർത്തിക്കുക അല്ലെങ്കിൽ മരിക്കുക (do or die) എന്ന ആഹ്വാനം നല്കിയത്: ഗാന്ധിജി

ചിറകൊടിഞ്ഞ പക്ഷി

പണ്ട് കൊറിയയിലെ ഒരു ഗ്രാമത്തിൽ ഇൽചുങ് എന്നു പേരായ ഒരു യുവാവുണ്ടായിരുന്നു. സുമുഖനും അദ്ധ്വാനശീലനുമായിരുന്നു അവൻ. എന്നാൽ അവന്റെ ജ്യേഷ്ഠന്മാരായ ഇൽടോങ്ങും ഇൽസാരിയും മടിയന്മാരും വിരൂപികളുമായിരുന്നു.

ഇൽചുങ് വളരെ കഷ്ടപ്പെട്ടാണു കുടുംബം പോറ്റിയിരുന്നതെങ്കിലും വിരൂപികളായ ജ്യേഷ്ഠന്മാർക്ക് അവനെ ഒട്ടും ഇഷ്ടമായിരുന്നില്ല. അവർ ഇൽചുങ്ങിനെ വളരെയധികം വിഷമിപ്പിച്ചിരുന്നു. ആ പാവം അതൊക്കെ സഹിച്ചു. ഒരുദിവസം ഇൽടോങ്ങും ഇൽസാരിയും ചേർന്ന് ഇൽചുങ്ങിനെ വീട്ടിൽനിന്നും പുറത്താക്കി.

ഇൽചുങ് എങ്ങോട്ടെന്നില്ലാതെ ഇറങ്ങി നടന്നു. ഏറെ അലഞ്ഞുതിരിഞ്ഞ് അവനെത്തിച്ചേർന്നത് ഒരു കാട്ടിലായിരുന്നു. അവിടെയൊരിടത്തു കമ്പുകളും പുല്ലും ഉപയോഗിച്ച് അവനൊരു കൊച്ചുകുടിലുണ്ടാക്കി താമസിക്കുകയും ചെയ്തു.

ഒരുദിവസം വൈകുവോളം കാട്ടിൽ അലഞ്ഞിട്ടും കഴിക്കാൻ ഒരു ചെറിയപഴം മാത്രമാണ് ഇൽചുങ്ങിനു കിട്ടിയത്. അവൻ ക്ഷീണിതനായി തന്റെ കുടിലിലേക്കു മടങ്ങിയപ്പോൾ ചിറകൊടിഞ്ഞ ഒരു പക്ഷി നിലത്തുകിടന്ന് ഉറക്കെ കരയുന്നതു കണ്ടു.

ഇൽചുങ് ആ പക്ഷിയെ എടുത്ത് തന്റെ കുടിലിൽ കൊണ്ടു പോയി ശുശ്രൂഷിച്ചു. തനിക്കന്ന് കിട്ടിയ ചെറിയ പഴം അവൻ പക്ഷിക്കു നല്കി. ദിവസങ്ങൾ കഴിഞ്ഞു അവന്റെ സ്നേഹ പൂർണ്ണമായ പരിചരണത്താൽ പക്ഷി സുഖം പ്രാപിച്ചു. ഒരു ദിവസം ഇൽചുങ്ങിനോട് യാത്ര പോലും പറയാതെ പക്ഷി എങ്ങോട്ടോ പറന്നുപോയി.

ഇൽചുങ് സങ്കടം കൊണ്ടുപൊട്ടിക്കരഞ്ഞു. അവൻ ആ പക്ഷിയെ അത്രമാത്രം സ്നേഹിച്ചിരുന്നു. അടുത്ത ദിവസം രാവിലെ ഒരു പക്ഷിയുടെ ഒച്ച കേട്ട് ഉണർന്ന ഇൽചുങ് പുറത്തുവന്നു നോക്കി. അവിടെ അവനാ പക്ഷിയെ കണ്ടു. അവനു സന്തോഷമായി. പക്ഷി അവന്റെ സമീപം ചെന്നിരുന്നു. സ്നേഹ പൂർവ്വം അവൻ അതിനെ തലോടി.

പക്ഷിയുടെ ചുണ്ടിൽ ഒരു അപൂർവ്വ ഇനം വിത്തുണ്ടായിരുന്നു. പക്ഷി അത് ഇൽചുങ്ങിനു നല്കി. വിത്തിനെപ്പറ്റി എന്തെങ്കിലും ചോദിക്കാൻ തുടങ്ങും മുമ്പേ പക്ഷി എങ്ങോട്ടോ പറന്നുപോകുകയും ചെയ്തു.

തനിക്കു കിട്ടിയ വിത്ത് ഇൽചുങ് കുടിലിന്റെ മുൻവശത്തു തന്നെ നട്ടു. അടുത്ത ദിവസം രാവിലെ ഉണർന്നു നോക്കിയപ്പോൾ അവൻ അത്ഭുതപ്പെട്ടുപോയി! തലേദിവസം നട്ടവിത്തു മുളച്ചു തന്റെ കൊച്ചുകുടിലിനു മുകളിൽ പന്തലിച്ചു കിടക്കുന്നു. അതിൽ നിറയെ വലിയ മത്തങ്ങകളും തൂങ്ങിക്കിടപ്പുണ്ടായിരുന്നു.

ഒരു വലിയ മത്തങ്ങ പറിച്ചു തിന്നുവിശപ്പടക്കാമെന്നു കരുതി ഇൽചുങ് ഒരു കായ് പറിച്ചു രണ്ടായി മുറിച്ചു നോക്കിയപ്പോൾ അതിൽ നിറയെ സ്വർണ്ണനാണയങ്ങൾ. അവന്റെ സന്തോഷത്തിനതിരില്ലായിരുന്നു.

തന്റെ ജ്യേഷ്ഠന്മാർ കഷ്ടപ്പെടുകയാണല്ലോ എന്നോർത്ത് ഇൽചുങ് രണ്ടു മത്തങ്ങകൾ പറിച്ചെടുത്തു ജ്യേഷ്ഠന്മാരുടെ അടുത്തെത്തി.

“വെറുമൊരു മത്തങ്ങായണോ നീ ഞങ്ങൾക്കു കൊണ്ടുവന്ന സമ്മാനം?” മൂത്ത ജ്യേഷ്ഠൻ ഇൽടോങ് പരിഹാസ

ത്തോടെ ചോദിച്ചു.

"ഇതു സാധാരണ മത്തങ്ങയല്ല. നിറയെ സ്വർണ്ണനാണയങ്ങളാണ്." ഇൽചുങ് ഒരു മത്തങ്ങയെടുത്തു രണ്ടായി മുറിച്ചു. അതിൽനിന്നും സ്വർണ്ണനാണയങ്ങൾ വീഴുന്നതു കണ്ട് ഇൽടോങ്ങും ഇൽസാരിയും ആർത്തിപൂണ്ടെഴുന്നേറ്റ് അതൊക്കെ വാരിക്കൂട്ടി.

"നിനക്ക് ഇതെവിടുന്നുകിട്ടിയെടാ?" ഇൽസാരി ആർത്തിയോടെ ചോദിച്ചു. നിഷ്കളങ്കനായ ഇൽചുങ് അതുവരെയുണ്ടായ കഥകളെല്ലാം അവരോട് പറഞ്ഞു. ഇതുപോലെയുള്ള മത്തങ്ങകൾ ഇനിയും ഉണ്ടെന്ന കാര്യം മാത്രം പറഞ്ഞില്ല.

ആവശ്യത്തിനുള്ള സ്വർണ്ണനാണയങ്ങൾ കിട്ടിക്കഴിഞ്ഞ

പ്പോൾ അത്യാഗ്രഹം പൂണ്ട ജ്യേഷ്ഠന്മാർ രണ്ടുപേരും ഇൽചുങ്ങിനെ വീട്ടിൽ നിന്നും പുറത്താക്കി. ജ്യേഷ്ഠന്മാരുടെ പഴയ സ്വഭാവത്തിനു മാറ്റമൊന്നും ഉണ്ടായിട്ടില്ല എന്നുള്ളത് ഇൽചുങ്ങിനെ വളരെയധികം വിഷമിപ്പിച്ചു. അവൻ വേദനയോടെ കാട്ടിലുള്ള തന്റെ കുടിലിലേക്കു മടങ്ങി. അത്യാഗ്രഹികളായ ഇൽടോങ്ങും ഇൽസാരിയും അന്നു മുഴുവൻ ചിറകൊടിഞ്ഞ ഒരു പക്ഷിയെ അന്വേഷിച്ചു കാട്ടിലെല്ലാം അലഞ്ഞുനടന്നു.

നടന്നു ക്ഷീണിച്ചപ്പോൾ അവർ ഒരു മരച്ചുവട്ടിലിരുന്നു. അപ്പോൾ അവരുടെ തൊട്ടടുത്ത് ഒരു കിളിക്കുഞ്ഞു വന്നിരുന്നു. ഇൽടോങ് വിദഗ്ദ്ധമായി അതിനെ പിടികൂടി. ഇൽസാരി അതിന്റെ ചിറകുകൾ പിടിച്ചൊടിച്ചു. പക്ഷിക്കുഞ്ഞു വേദന കൊണ്ട് ഉച്ചത്തിൽ കരഞ്ഞു. പിന്നെ വൈകിയില്ല. അവർ ആ പക്ഷിയുമായി വീട്ടിലേക്കു മടങ്ങി. പക്ഷിയെ പരിചരിക്കാനുള്ള ചുമതല ഇൽസാരിക്കായിരുന്നു. അവനത് ഭംഗിയായി നിർവ്വഹിച്ചു.

ഒരുദിവസം പക്ഷി എങ്ങോട്ടോ പറന്നുപോയി. അടുത്തദിവസം രാവിലെ ചുണ്ടിലൊരു വിത്തുമായി പക്ഷി എത്തി. ഇതു കണ്ട് ഇൽടോങ്ങിനും ഇൽസാരിക്കും സന്തോഷമായി.

ഇരുവരും ചേർന്നു വീടിന്റെ മുൻവശത്ത് ഒരു കുഴിയെടുത്തു വിത്തു നട്ടു. അന്നുരാത്രി ഇരുവരും ഉറങ്ങാതെ ഒരുവിധത്തിൽ നേരംവെളുപ്പിച്ചെന്നുപറഞ്ഞാൽ മതിയല്ലോ.

ആകാശത്തു വെള്ള പരന്നതും ഇരുവരും മുറ്റത്തേക്ക് ഓടി. തലേദിവസം നട്ടവിത്തു കിളിർത്തു പടർന്നുപന്തലിച്ചു വീടിനു ചുറ്റിനും കിടക്കുന്നു. അതിൽ നിറയെ മുട്ടൻ മത്തങ്ങകൾ!

“നമ്മൾ പണക്കാരായി” ഇൽടോങ്ങും ഇൽസാരിയും ഉറക്കെ കൂവി. അവർ സന്തോഷത്തോടെ അവിടെയെല്ലാം ഓടി നടന്നു. പിന്നെ രണ്ടുപേരും ചേർന്നു കുറെയധികം മത്തങ്ങകൾ പറിച്ചു വീട്ടിനുള്ളിൽവച്ചശേഷം കതകുകളും ജനലുകളുമെല്ലാം അടച്ചു എന്നിട്ട് അത്യാഗ്രഹികളായ അവർ ഏറ്റവും വലിയ മത്തങ്ങ തന്നെ ആദ്യം മുറിച്ചു.

“അയ്യോ!” ഇരുവരും നിലവിളിച്ചു കൊണ്ട് പിന്നോട്ടു ഓടി.

മത്തങ്ങ നിറയെ വിഷപ്പാമ്പുകളും കരിന്തേളുകളുമായിരുന്നു. അവ മത്തങ്ങയിൽ നിന്നുമിറങ്ങി മുറികളിലെല്ലാം ഓടി നടക്കാൻ തുടങ്ങി.

പേടിച്ചരണ്ട അവർ കതകു തുറന്നു പുറത്തേക്കോടി. പിന്നീടൊരിക്കലും അവരെ നാട്ടുകാർ കണ്ടിട്ടേയില്ല.

കുക്കുടു ഭൂതം പറ്റിച്ചേ

പണ്ട് ബ്രിട്ടനിൽ നല്ലവനായ ഒരു വ്യാപാരി ഉണ്ടായിരുന്നു. നിക്കോളാസ് എന്നായിരുന്നു അയാളുടെ പേര്. അന്നാട്ടുകാർക്കെല്ലാം നിക്കോളാസിനെ വലിയ ഇഷ്ടമാണ്. പക്ഷേ, നിക്കോളാസും ഭാര്യയും വല്ലാത്ത ദുഃഖത്തിലായിരുന്നു. കാരണം അവർക്ക് മക്കളുണ്ടായിരുന്നില്ല.

“ഈശ്വരാ... ഞങ്ങൾക്കൊരു കുഞ്ഞിനെ നല്കി അനുഗ്ര

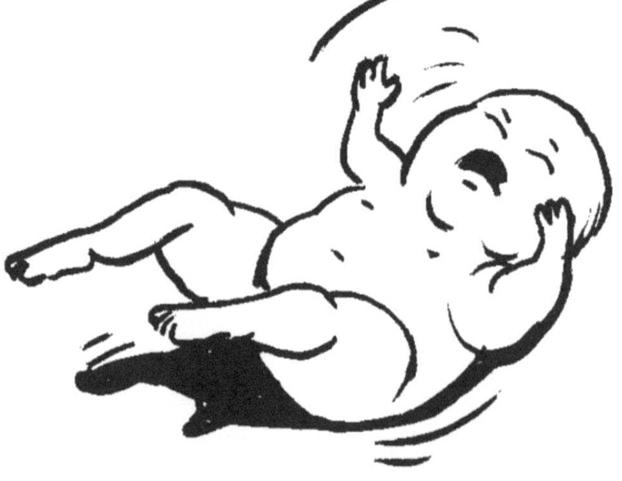

വുപോലെ പ്രാർത്ഥിച്ചു. അപ്പോഴാണ് നല്ലവരിൽ നല്ലവനായ കുക്കുടു എന്ന പേരുള്ള ഭൂതം അതുവഴി വന്നത്. നിക്കോളാസിന്റെയും ഭാര്യയുടെയും പ്രാർത്ഥന കേട്ടപ്പോൾ ഭൂതത്തൊന് ഒത്തിരി വിഷമം തോന്നി. അവൻ വിചാരിച്ചു. "ഈ പാവങ്ങളുടെ ആഗ്രഹം സാധിച്ചുകൊടുത്താലോ?"

താൻ വിചാരിക്കുന്ന എന്തുരൂപവും സ്വീകരിക്കാനുള്ള കഴിവ് കുക്കുടു ഭൂതത്തിനുണ്ടായിരുന്നു. പെട്ടെന്ന് ആ ഭൂതത്താൻ ഒരു പിഞ്ചുകുഞ്ഞായി മാറി. ഉറക്കെ കരയാൻ തുടങ്ങി.

ഒരു കുഞ്ഞിന്റെ നിർത്താതെയുള്ള കരച്ചിൽ കേട്ട് നിക്കോളാസും ഭാര്യയും വാതിൽ തുറന്നു. അപ്പോഴതാ മിടുമിടുക്കനായ ഒരു കുഞ്ഞ് വാതില്ക്കൽ കിടന്നുകരയുന്നു!

"നമ്മുടെ പ്രാർത്ഥന ഈശ്വരൻ കേട്ടു. ഇവനെ പൊന്നുപോലെ നോക്കി വളർത്തണം." നിക്കോളാസിന്റെ ഭാര്യ ആ പിഞ്ചുകുഞ്ഞിനെ വാരിയെടുത്തിട്ട് പറഞ്ഞു. അതുകേട്ടപ്പോൾ നിക്കോളാസിന്റെ സന്തോഷമുണ്ടോ പറഞ്ഞറിയിക്കാൻ പറ്റുന്നു. അവർ ആ പൊന്നാമനയ്ക്ക് ജീൻ എന്നു പേരിട്ടു.

അങ്ങനെ വർഷം ഒന്ന് കടന്നുപോയി. കൊച്ചു ജീനിന്റെ ഒന്നാം പിറന്നാൾ ഗംഭീരമായിതന്നെ ആഘോഷിക്കാൻ നിക്കോളാസും ഭാര്യയും തീരുമാനിച്ചു. നിക്കോളാസ് ജീനിന്റെ ഒന്നാം പിറന്നാൾ സദ്യക്ക് നാട്ടുകാരെയും ബന്ധുക്കളെയുമൊക്കെ ക്ഷണിക്കാൻപോയി. ഈ നേരത്ത് ഫിറോ എന്നുപേരുള്ള ഒരുപെരുങ്കള്ളൻ അവിടെയെത്തി തൊട്ടിലിൽ സുഖമായി ഉറങ്ങുകയായിരുന്ന ജീനിനെയും തട്ടിയെടുത്ത് പെരുങ്കള്ളൻ ഫിറോ സ്ഥലം വിട്ടു. അടുക്കളയിൽ ജോലിയിലായിരുന്ന നിക്കോളാസിന്റെ ഭാര്യയുണ്ടോ ഇതുവല്ലതുമറിയുന്നു?

"എടാ കൊച്ചനേ... നിന്നെവെച്ചു ഞാൻ കുറേ കാശുണ്ടാക്കുമെടാ.." തന്റെ വീട്ടിലെത്തിയപ്പോൾ ഫിറോ ആ പിഞ്ചുകുഞ്ഞിന്റെ മുഖത്തുനോക്കി പറഞ്ഞു. കുക്കുടുഭൂതത്താനാണ് അതെന്നുണ്ടോ പെരുങ്കള്ളൻ അറിയുന്നു?

"ഈ ദുഷ്ടനെയൊന്നുപറ്റിക്കണമല്ലോ!" കുക്കുടു ഭൂതത്താൻ അക്കാര്യം അപ്പോൾത്തന്നെ ഉറപ്പിച്ചു കഴിഞ്ഞു. കുക്കുടു ഭൂതത്താൻ പെട്ടെന്ന് തന്റെ യഥാർത്ഥ രൂപം സ്വീകരിച്ചുകൊണ്ട്

ഫിറോയുടെ പിടലിയിൽത്തന്നെ ചാടിക്കയറി! എന്നിട്ട് അവിടെയിരുന്ന് അടിയും ഇടിയും കടിയുമൊക്കെത്തുടങ്ങി!

“അയ്യോ... എന്നെയൊന്നും ചെയ്യരുതേ...!” ഫിറോ ഉറക്കെ നിലവിളിച്ചു.

“എടാ പെരുങ്കള്ളാ... എന്നെ വേഗം എന്റെ നിക്കോളാസ് പപ്പയുടെ അടുത്തെത്തിക്ക്. ഇല്ലെങ്കിൽ നിന്നെ ഞാനിന്ന് കൊല്ലുമെടാ..” കുക്കുടു ഭൂതത്താൻ പറഞ്ഞതുകേട്ട് ഫിറോ കുക്കുടു ഭൂതത്താനെയും തോളത്തിരുത്തിക്കൊണ്ട് വാലിനു തീ പിടിച്ചതുപോലെ ഓട്ടവും തുടങ്ങി.

അതിനിടയിൽ ജീനിനെ കാണാനില്ലെന്ന വാർത്ത നാട്ടിലെല്ലാം പരന്നു. പാവം നിക്കോളാസും ഭാര്യയും അലമുറയിട്ടു കരഞ്ഞു. അവരുടെ ബന്ധുക്കളും സുഹൃത്തുക്കളും അയൽക്കാരുമൊക്കെ ജീനിനെ അന്വേഷിച്ച് പലവഴിക്ക് പോകാൻ തുടങ്ങുമ്പോഴാണ് ശരം വിട്ടതുപോലെ ഫിറോയുടെ വരവ്! അവന്റെ തോളത്തിരിക്കുന്ന കുക്കുടു ഭൂതത്താനെ അപ്പോൾ മറ്റാർക്കും കാണാൻ കഴിയുമായിരുന്നില്ല. എല്ലാവരുടെയും അടുത്തെത്തിയപ്പോൾ കുക്കുടു ഭൂതത്താൻ വേഗം ജീനായി മാറി.

നിക്കോളാസിന്റെ ബന്ധുക്കളും സുഹൃത്തുക്കളും അയൽക്കാരുമൊക്കെ അടങ്ങുന്ന ജനക്കൂട്ടം നോക്കിയപ്പോഴുണ്ട് ഫിറോയുടെ തോളിൽ ജീനിരിക്കുന്നു. അവർ വിടുമോ? അവർ ഒന്നടങ്കം പെരുങ്കള്ളൻ ഫിറോയെ വളഞ്ഞു. ജീനിനെ തിരിച്ചു കിട്ടിയപ്പോൾ നിക്കോളാസിനും ഭാര്യക്കും സന്തോഷമായി. അവർ മാറി മാറി ജീനിനെ വാരിപ്പുണർന്നു ഉമ്മവച്ചു.

അപ്പോൾ ഫിറോയെന്ന പെരുങ്കള്ളനോ? അവനെ ആളുകൾ എല്ലാവരും കൂടി പൊത്തോം... പൊത്തോം... എന്ന് പെരുമാറുകയായിരുന്നു. അവരുടെയൊക്കെ അടിയും തൊഴിയുമൊക്കെ ഏറ്റ് അവശനിലയിലായ പെരുങ്കള്ളൻ ഫിറോ കരഞ്ഞുകൊണ്ട് സ്ഥലം വിട്ടു.

കുക്കുടു ഭൂതത്താനോ? അവൻ ജീനെന്ന കുഞ്ഞായി നിക്കോളാസിനെയും ഭാര്യയെയും സന്തോഷിപ്പിച്ചുകൊണ്ട് പിന്നീടുള്ളകാലം സുഖമായി അവരോടൊപ്പം ജീവിച്ചു.

എനിക്ക് ജോലിതാ

പണ്ടുപണ്ട് ബംഗ്ലാദേശിലെ ഒരു കൊച്ചുഗ്രാമത്തിൽ ഈഡിത്തമ്മ എന്നുപേരായ ഒരുപാവം വൃദ്ധ ഉണ്ടായിരുന്നു. അവരുടെ ഒരേയൊരു മകനായിരുന്നു ഇർഷാദ്. ഇർഷാദ് ഒരു കുഴിമടിയനായിരുന്നു. ജോലിയൊന്നും ചെയ്യാതെ വല്ലതുമൊക്കെ തിന്നും കുടിച്ചും കഴിയണമെന്നു മാത്രമായിരുന്നു അവന്റെ ചിന്ത.

അങ്ങനെയിരിക്കെ ഒരുദിവസം ഈഡിത്തമ്മയ്ക്ക് ജോലിയൊന്നും ചെയ്യാൻ വയ്യാതെയായി. എന്തെങ്കിലും ജോലി ചെയ്ത് തന്നെക്കൂടി പോറ്റാൻ ഈഡിത്തമ്മ ഇർഷാദിനോട് പറഞ്ഞു. പക്ഷേ, കുഴിമടിയനായ അവനുണ്ടോ അത് കേൾക്കുന്നു? അവന്റെ മടി കണ്ട് ഈഡിത്തമ്മ അവനെ ഒരുദിവസം വീട്ടിൽ നിന്ന് അടിച്ചിറക്കിയിട്ട് പറഞ്ഞു: "നീ എവിടെയെങ്കിലും പോയി ജോലിചെയ്ത് കാശുണ്ടാക്കിയിട്ട് ഈ വീട്ടിൽ കയറിയാൽ മതി!"

ഇർഷാദിന് അതുസരിക്കുകയേ നിവൃത്തിയുണ്ടായിരുന്നുള്ളൂ. അവൻ അവിടെനിന്നും നടന്നു നടന്ന് സന്ധ്യയായപ്പോൾ ഒരു കൊടും വനത്തിലെത്തി. വിശപ്പും ദാഹവുമൊക്കെകൊണ്ട് തളർന്നുപോയ അവൻ അങ്ങകലെ ഒരാശ്രമം കണ്ട് അവിടേക്ക് നടന്നു.

ആശ്രമത്തിൽ ചെന്ന് നോക്കിയപ്പോൾ താടിയും മുടിയുമൊക്കെ നീട്ടിവളർത്തിയ ഒരു വൃദ്ധസന്ന്യാസി ധ്യാനത്തിൽ

മുഴുകിയിരിക്കുന്നത് ഇർഷാദ് കണ്ടു. അവൻ നിശ്ശബ്ദനായി കൈകൂപ്പിക്കൊണ്ട് സന്ന്യാസിയുടെ മുന്നിൽനിന്നു.

"മകനേ... നിനക്കെന്താണ് വേണ്ടത്? പറഞ്ഞോളൂ." ധ്യാനത്തിൽ നിന്നും ഉണർന്ന സന്ന്യാസി ചോദിച്ചു. അവൻ അതുവരെയുണ്ടായ എല്ലാ കാര്യങ്ങളും സന്ന്യാസിയോട് പറഞ്ഞു. അവന്റെ കഥ കേട്ട് അവനോട് സഹതാപം തോന്നിയ സന്ന്യാസി അവനെ സഹായിക്കാൻ തന്നെ തീരുമാനിച്ചു.

"നീ പറയുന്ന എന്ത് ജോലിയും ചെയ്യാൻ നിന്നോടൊപ്പം ഞാനൊരു രാക്ഷസനെ അയയ്ക്കാം. അവനെക്കൊണ്ട് ജോലി ചെയ്യിച്ച് നീ കഴിഞ്ഞോളൂ. പക്ഷേ, ഒരു കാര്യം വിശ്രമമില്ലാതെ ജോലി ചെയ്യാൻ ആഗ്രഹിക്കുന്ന അവന് എന്തെങ്കിലും ജോലി കൊടുക്കാൻ നിനക്ക് പറ്റാതെ വന്നാൽ അവൻ നിന്നെ കൊന്നുകളയും!" സന്ന്യാസി പറഞ്ഞു. സന്ന്യാസി പറഞ്ഞതുപോലെ രാക്ഷസന് വിശ്രമമില്ലാതെ ജോലി കൊടുക്കാമെന്ന് ഇർഷാദ് സമ്മതിച്ചു. സന്ന്യാസി വേഗം ഒരു ഭീകരനായ രാക്ഷസനെ വരുത്തി. ഇർഷാദിനെ ഏല്പിച്ചു. അവൻ രാക്ഷസനെയും കൂട്ടി തന്റെ വീട്ടിലേക്കു നടന്നു.

"എനിക്ക് ജോലി താ!" ഇർഷാദിന്റെ വീട്ടിൽ വന്നുകയറിയ ഉടനെതന്നെ ഭീകരനായ രാക്ഷസൻ ആവശ്യപ്പെട്ടു.

തനിക്കും അമ്മയ്ക്കും സുഖമായി ജീവിക്കുന്നതിന് കുറച്ച് സ്വർണ്ണനാണയങ്ങൾ കൊണ്ടുവരാനാണ് ഇർഷാദ് രാക്ഷസനോട് ആദ്യമായി ആവശ്യപ്പെട്ടത്. ഉടനെതന്നെ പത്ത് ചാക്ക് നിറയെ സ്വർണ്ണനാണയങ്ങൾ കൊണ്ടുവന്ന് രാക്ഷസൻ അവനെ ഏല്പിച്ചു. അതു കണ്ടപ്പോൾ ഇർഷാദിന്റെ കണ്ണ് തള്ളിപ്പോയെന്നു പറഞ്ഞാൽ മതിയല്ലോ!

"എനിക്ക് ജോലി താ!" വീണ്ടും രാക്ഷസൻ ആവശ്യപ്പെട്ടു. തനിക്കും അമ്മയ്ക്കും കഴിയാൻ എല്ലാവിധ സൗകര്യങ്ങളും, പരിചാരകരുമുള്ള ഒരു കൂറ്റൻ കൊട്ടാരം വേണമെന്ന് ഇർഷാദ് പറഞ്ഞു. പറഞ്ഞുതീരേണ്ട താമസം രാക്ഷസൻ കൂറ്റനൊരു കൊട്ടാരം നിർമ്മിച്ചു കഴിഞ്ഞു. ഇർഷാദിനെയും അമ്മയെയും പരിചരിക്കാൻ ഇരുപത് പരിചാരകരും ആ കൂറ്റൻ കൊട്ടാരത്തി

ലുണ്ടായിരുന്നു.

"എനിക്ക് ജോലി താ!" എല്ലാം തീർന്നപ്പോൾ ഭീകരനായ രാക്ഷസൻ അലറി. ഇനിയീ രാക്ഷസന് എന്തു ജോലിയാണാവോ കൊടുക്കുക എന്നു ചിന്തിച്ചപ്പോൾ ഇർഷാദിന് ആകെ വിയർത്തു കുളിച്ചുപോയി. സന്ന്യാസി പറഞ്ഞ കാര്യമോർത്തപ്പോൾ അവൻ ഞെട്ടി. ഇവന് വിശ്രമമില്ലാതെ ജോലി കൊടുത്തില്ലെങ്കിൽ തന്റെ കാര്യം കട്ടപ്പൊഹ.

ഇർഷാദിന് ഒരു ബുദ്ധി തോന്നി. അവൻ വേഗം രാക്ഷസനെയും വിളിച്ചുകൊണ്ട് കടൽത്തീരത്തേക്ക് നടന്നു. പിന്നെ കടലിന്റെ നടുക്ക് ചെന്ന് കടൽജലം കൈകൊണ്ട് തേറ്റിവറ്റിക്കാൻപ

റഞ്ഞു. ഭീകരനായ രാക്ഷസൻ അപ്പോൾതന്നെ കടൽവെള്ളം വറ്റിക്കാനുള്ള ജോലിയും തുടങ്ങി. പക്ഷേ, എത്രയൊക്കെ ശ്രമിച്ചിട്ടും കടൽജലമുണ്ടോ വറ്റിക്കാൻ കഴിയുന്നു!

കടൽജലം വറ്റിക്കാമെന്ന പ്രതീക്ഷയിൽ ഭീകരനായ രാക്ഷസൻ ഇന്നും തന്റെ ജോലിതുടരുകയാണ്. അങ്ങനെയാണത്രേ കടലിൽ തിരമാലകളുണ്ടായത്.

പാഠം പഠിച്ചു

ടിബറ്റിലെ ഒരു കൊച്ചുഗ്രാമത്തിൽ റ്റൈസിങ്ങെന്നും ചമ്പാ യെന്നുംപേരുള്ള രണ്ടുപേർ താമസിച്ചിരുന്നു. ധനികനായ റ്റൈസിങ് അഹങ്കാരിയും പാവപ്പെട്ടവനായിരുന്ന ചമ്പാ സ്നേഹ മുള്ളവനുമായിരുന്നു.

ഒരുദിവസം ചമ്പായുടെ വീടിന്റെ മേല്ക്കൂരയിൽ കൂടുകെ ട്ടിയിരുന്ന കുരുവികളുടെ ഒരു കുഞ്ഞ് താഴെ വീണ് കാലൊടി

ഞ്ഞു. ചമ്പാ കുരുവിക്കുഞ്ഞിനെ എടുത്ത് ഒടിഞ്ഞകാൽ കെട്ടിവച്ച് തിരികെ കൂട്ടിൽവച്ചു. കുറച്ചു ദിവസങ്ങൾക്കുശേഷം പറക്കാറായപ്പോൾ കുരുവികൾ വളരെ ദൂരം പറന്ന് അഞ്ച് ഗോതമ്പ് മണികളുമായി തിരികെ വന്നു. അത് ചമ്പായുടെ മേശപ്പുറത്തു വച്ചു.

ചമ്പാ ഗോതമ്പ് മണികൾ നട്ടു വെള്ളമൊഴിച്ചു. വളരെ വേഗം അവ വളർന്ന് രത്നങ്ങൾ കായ്ച്ചു. അയാൾ രത്നങ്ങൾ ഓരോന്നായി ശേഖരിച്ച് പട്ടണത്തിൽ കൊണ്ടുപോയി വിറ്റു. അയാൾ വലിയ പണക്കാരനായി.

വിവരമറിഞ്ഞ റ്റൈസിങ് തന്റെ മേല്ക്കൂരയിലും ഒരു കുരുവിക്കൂട് കണ്ടെത്തി. ഒരു കമ്പ് എടുത്ത് ഒരു കുരുവിക്കുഞ്ഞിനെ കുത്തി താഴെയിട്ടു. അതിന്റെ കാലൊടിഞ്ഞതു കണ്ടപ്പോൾ അയാൾക്ക് സന്തോഷമായി. വേഗം അയാൾ ഒടിഞ്ഞ കാൽവച്ച് കെട്ടിയശേഷം കുരുവിക്കുഞ്ഞിനെ കൂട്ടിൽ എടുത്തുവച്ചു. ദിവസങ്ങൾ കഴിഞ്ഞു. കുരുവിക്കുഞ്ഞ് വളരെ ദൂരേക്ക് പറന്നു. തിരികെ വന്നത് അഞ്ചു ഗോതമ്പ് മണികളുമായാണ്. അവ റ്റൈസിങ്ങിന്റെ മേശപ്പുറത്തുവച്ചു.

റ്റൈസിങ്ങിനു സന്തോഷമായി. അയാൾ വേഗം അതുകുഴിച്ചിട്ടു. ഗോതമ്പ് മണികൾ തഴച്ചു വളർന്നു. ഒരാഴ്ച കഴിഞ്ഞ് തോട്ടത്തിലെത്തിയ റ്റൈസിങ് ചെടിക്കുപകരം ഒരു ഭീകരൻ വാളുമായി നില്ക്കുന്ന കാഴ്ചയാണ് കണ്ടത്. ഭീകരൻ വീടിനുള്ളിൽ കടന്ന് സ്വർണ്ണവും പണവുമെല്ലാം എടുത്തതോടെ റ്റൈസിങ് ദരിദ്രനായി തീർന്നു.

മാസങ്ങൾ കഴിഞ്ഞു. ഒരുദിവസം ചമ്പാ തീർത്ഥയാത്രയ്ക്കു പുറപ്പെട്ടു. പോകുന്നതിനു മുമ്പ് ഒരു സഞ്ചി നിറയെ സ്വർണ്ണ നാണയങ്ങൾ റ്റൈസിങ്ങിനെ സൂക്ഷിക്കാൻ ഏല്പിച്ചു.

തീർത്ഥയാത്ര കഴിഞ്ഞ് ചമ്പാ ഗ്രാമത്തിൽ തിരിച്ചെത്തി. സ്വർണ്ണം നിറച്ച സഞ്ചി തിരികെ വാങ്ങാനായി റ്റൈസിങ്ങിന്റെ വീട്ടിലെത്തി. അദ്ദേഹം സന്തോഷത്തോടെ സഞ്ചി തിരികെ കൊടുത്തു. ചമ്പാ സഞ്ചി തുറന്നു നോക്കിയപ്പോൾ സ്വർണ്ണനാണയങ്ങൾക്കു പകരം മണലാണ് കണ്ടത്.

“എന്റെ സ്വർണ്ണനാണയങ്ങൾ എവിടെ?” പരിഭ്രമത്തോടെ ചമ്പാ ചോദിച്ചു.

“ങ്ഹേ... സ്വർണ്ണനാണയങ്ങൾ മണലായി മാറിയോ? ഇത് അത്ഭുതം തന്നെ.” റ്റൈസിങ് അമ്പരപ്പ് അഭിനയിച്ചുകൊണ്ട് പറഞ്ഞു.

ചമ്പാ ഒരക്ഷരംപോലും പറയാതെ സഞ്ചിയുമായി വീട്ടിലേക്കു പോകുന്നതു കണ്ട് റ്റൈസിങ് ഊറിച്ചിരിച്ചു.

ദിവസങ്ങൾ കഴിഞ്ഞു. ചമ്പാ കുട്ടികൾക്കുവേണ്ടി ഒരു സൗജന്യ പാഠശാല ആരംഭിച്ചു. പണച്ചെലവില്ലെന്ന് അറിഞ്ഞ റ്റൈസിങ് തന്റെ അഞ്ചു വയസ്സുള്ള മകനെയും അവിടെ ചേർത്തു.

ഒരുദിവസം അടുത്ത ഗ്രാമത്തിലുള്ള അമ്മാവനെ കാണുന്നതിനുവേണ്ടി റ്റൈസിങ് യാത്ര തിരിച്ചു. പുറപ്പെടുന്നതിനു മുമ്പ് റ്റൈസിങ് ചമ്പയെ വിളിച്ചുപറഞ്ഞു.

“ഞാൻ വരാൻ താമസിച്ചേക്കും. ഞാൻ വരുന്നതുവരെ എന്റെ മകനെ സ്കൂളിൽ നിന്നുംവിടരുത്.” ചമ്പാ സമ്മതിച്ചു.

റ്റൈസിങ് പോയെന്ന് ഉറപ്പായപ്പോൾ ചമ്പാ കാട്ടിൽ പോയി ഒരു കുരങ്ങനെ പിടിച്ചുകൊണ്ടു വന്നു. അയാൾ കുരങ്ങനെ ഒരു വാക്കും പഠിപ്പിച്ചു.

സന്ധ്യമയങ്ങിയപ്പോൾ റ്റൈസിങ് മകനെ വിളിക്കാൻ പാഠശാലയിലെത്തി. ഒരു കുരങ്ങൻ ബഞ്ചിലിരിക്കുന്നു. മകനെ കാണുന്നുമില്ല.

“ചമ്പാ... എന്റെ മകനെവിടെ?” റ്റൈസിങ് ചോദിച്ചു.

“അവൻ പഠിച്ചു കൊണ്ടിരിക്കുകയാണ്...” എന്നുപറഞ്ഞു കൊണ്ടു കുരങ്ങനെ എടുത്തു റ്റൈസിങ്ങിനു കൊടുത്തു.

“എന്താണിത്? എന്റെ മകനെവിടെ?” റ്റൈസിങ് ദേഷ്യത്തിൽ ആക്രോശിച്ചു. ഉടനെ കുരങ്ങൻ വിളിച്ചു.

“അച്ഛാ?”

റ്റൈസിങ് അപ്പോൾതന്നെ താൻ എടുത്ത സ്വർണ്ണനാണയങ്ങൾ ചമ്പായ്ക്ക് നല്കി. അപ്പോൾ അയാൾക്കു മകനെ തിരിച്ചു കിട്ടുകയും ചെയ്തു.

പിന്നീടൊരിക്കലും റ്റൈസിങ് ആരെയും ചതിക്കാൻ ശ്രമിച്ചില്ല.

വയലിൻ കണ്ടെത്തിയ സത്യം

പണ്ട് സ്കോട്ട്ലൻഡിലെ ഒരു കൊച്ചുഗ്രാമത്തിൽ ഒരുപാവപ്പെട്ട മനുഷ്യൻ ജീവിച്ചിരുന്നു. നിക്കോളാസ് എന്നായിരുന്നു അയാളുടെ പേര്. ആ പാവം മനുഷ്യൻ പണക്കാരനായ ഒരു പിശുക്കപ്രമാണിയുടെ വീട്ടുജോലിക്കാരനായിരുന്നു. പിശുക്കപ്രമാണിയെന്നുപറഞ്ഞാൽ അറുത്ത കൈയ്ക്ക് ഉപ്പു തേക്കാത്ത ഒരു മനുഷ്യൻ! അയാൾ നിക്കോളാസിന് കൂലിയൊന്നും നല്കാതെ കഠിനമായി ജോലി ചെയ്യിച്ചു.

അവസാനം മൂന്ന് വർഷമായപ്പോൾ നിക്കോളാസിന് കൂലി കിട്ടി. ഒരു വർഷത്തേക്ക് ഒരു സ്വർണ്ണനാണയം വെച്ച് മൂന്നു സ്വർണ്ണനാണയങ്ങൾ! നിക്കോളാസിന് വളരെയധികം സന്തോഷമായി. അയാൾ അതും വാങ്ങി അപ്പോൾത്തന്നെ യാത്രയായി.

"അങ്ങ് സന്തോഷത്തിലാണല്ലോ. എന്താണീ സന്തോഷത്തിന്റെ രഹസ്യം?" വഴിയിൽ വെച്ച് ഒരു ചെറിയ മനുഷ്യൻ നിക്കോളാസിനോടു ചോദിച്ചു.

"എനിക്ക് മൂന്നുവർഷത്തെ കൂലി ഒരുമിച്ചുകിട്ടി." നിക്കോളാസ് വളരെയധികം സന്തോഷത്തോടെയും അഭിമാനത്തോടെയും പറഞ്ഞു.

"എങ്കിൽ പാവപ്പെട്ടവനായ എനിക്ക് അങ്ങയുടെ സമ്പാദ്യം തരുമോ?" ആ ചെറിയ മനുഷ്യൻ ചോദിച്ചു.

നിക്കോളാസ് തനിക്കുകിട്ടിയ മൂന്നു സ്വർണ്ണനാണയങ്ങളും ആ ചെറിയ മനുഷ്യന് കൊടുത്തു! "അങ്ങൊരു നല്ല മനുഷ്യനാണ്! ഇതിനു പകരമായി രണ്ട് വരങ്ങൾ ചോദിച്ചോളൂ." ആ ചെറിയ മനുഷ്യൻ പറഞ്ഞത് കേട്ട് നിക്കോളാസിന് സന്തോഷമായി.

"ഒന്നാമതായി, എനിക്കൊരു മാന്ത്രികവടി വേണം. ഞാനത് എന്തിന്റെ നേരെ ചൂണ്ടിയാലും അതെന്റേതാകണം. രണ്ടാമതായി, ഒരു വയലിൻ. ഞാനത് ആരുടെയെങ്കിലും നേർക്ക് വായിച്ചാൽ അത് നിർത്തുന്നതു വരെ അയാൾ നൃത്തം ചെയ്തുകൊണ്ടിരിക്കണം." നിക്കോളാസ് തന്റെ ആഗ്രഹങ്ങൾപറഞ്ഞു. ആ ചെറിയ മനുഷ്യൻ ആ വരങ്ങളൊക്കെയും നിക്കോളാസിനു നല്കി.

പട്ടണത്തിലേക്ക് തിരിച്ച നിക്കോളാസ് വഴിവക്കിൽ ഒരാൾ ഒരു മരത്തിലെ പക്ഷിയെയും നോക്കിക്കൊണ്ട് നില്ക്കുന്നതു കണ്ടു.

"ആ പക്ഷിയെ എനിക്ക് പിടിച്ചുതരികയാണെങ്കിൽ ഞാൻ നിനക്ക് നൂറു സ്വർണ്ണനാണയങ്ങൾ തരാം!" നിക്കോളാസിനോട് ആ മനുഷ്യൻ പറഞ്ഞു.

നിക്കോളാസ് ഉടനെ തന്റെ മാന്ത്രികവടി ചൂണ്ടി കിളിയെ പിടിച്ച് ആ മനുഷ്യന് കൊടുത്തെങ്കിലും, അയാൾ പറഞ്ഞ വാക്ക് പാലിക്കാൻ തയ്യാറായില്ല.

അപ്പോൾ നിക്കോളാസ് തന്റെ വയലിനെടുത്ത് വായിച്ചു. ഉടനെ അയാൾ നൃത്തംവയ്ക്കാൻ തുടങ്ങി. നൃത്തം ചവിട്ടിക്കുഴഞ്ഞപ്പോൾ ആ മനുഷ്യൻ താൻ പറഞ്ഞ വാക്ക് പാലിക്കാമെന്ന് നിക്കോളാസിനെ അറിയിച്ചു.

അയാൾ നിക്കോളാസിന് നൂറ് സ്വർണ്ണനാണയങ്ങൾ നല്കിയിട്ട് നേരെ രാജകൊട്ടാരത്തിലെത്തി. രാജാവിനെ മുഖം കാണിച്ചിട്ട് പറഞ്ഞു. "മഹാരാജാവേ നിക്കോളാസ് എന്നു പേരുള്ള ഒരുവൻ എന്റെ കൈയിൽനിന്നും നൂറ് സ്വർണ്ണനാണയങ്ങൾ പിടിച്ചുപറിച്ചു!"

"ആരവിടെ നിക്കോളാസിനെ ഉടനെ തന്നെ നമ്മുടെ മുന്നിൽ ഹാജരാക്കൂ." രാജാവ് കല്പിച്ചു. രാജഭടന്മാർ നിക്കോ

ളാസിനെ പിടിച്ചു. രാജാവ് അയാളെ തൂക്കിക്കൊല്ലാൻ വിധിക്കുകയും ചെയ്തു.

നിക്കോളാസിനെ തൂക്കിക്കൊല്ലുന്ന ദിവസം, രാജാവും അയാൾക്കെതിരെ പരാതി കൊടുത്ത മനുഷ്യനും തൂക്കിക്കൊല കാണാനെത്തിയിരുന്നു.

“മഹാരാജാവേ എനിക്കൊരു അന്ത്യാഭിലാഷമുണ്ട്! കുറച്ചു നേരത്തേക്ക് എന്റെയാ വയലിനൊന്നു വായിക്കണം!” നിക്കോളാസ് രാജാവിനോട് പറഞ്ഞു. അന്ത്യാഭിലാഷമായതുകൊണ്ട്, രാജാവ് നിക്കോളാസിനെ അതിനനുവദിച്ചു.

നിക്കോളാസ് വയലിൻ വായിക്കാൻ തുടങ്ങി. അതുകേട്ട് അവിടെ ഉണ്ടായിരുന്നവരെല്ലാം നൃത്തംചവിട്ടാൻ തുടങ്ങി.

“വയലിൻ വായന നിർത്തൂ. വയലിൻ വായന നിർത്തൂ.”

നൃത്തം ചെയ്തു ക്ഷീണിച്ച രാജാവും മറ്റുള്ളവരും ഉറക്കെ വിളിച്ചുപറഞ്ഞു.

"എനിക്കെതിരെ പരാതി തന്നയാൾ സത്യം തുറന്നുപറയുകയാണെങ്കിൽ വയലിൻ വായന ഞാൻ നിർത്താം!" എന്നായി നിക്കോളാസ് അയാൾ കൂടുതൽ വേഗത്തിൽ വയലിൻ മീട്ടാൻ തുടങ്ങി.

"ഹയ്യോ സത്യം ഞാൻ പറയാമേ! ആ നൂറ് സ്വർണ്ണനാണയങ്ങളും ഞാനൊരു പണക്കാരന്റെ വീട്ടിൽനിന്നും അടിച്ചുമാറ്റിയതാണേ! ഒരു പക്ഷിയെ പിടിച്ചുതന്നതിന് ഞാനത് പ്രതിഫലമായി നിക്കോളാസിനു നല്കിയതാണേ!" നിക്കോളാസിനെതിരെ പരാതി നല്കിയയാൾ ഉറക്കെ വിളിച്ചുപറഞ്ഞു. അപ്പോൾ നിക്കോളാസ് വയലിൻ വായന നിർത്തി.

അതുകേട്ട് രാജാവ് നിക്കോളാസിനെ വെറുതെ വിടുകയും കള്ളപ്പരാതി നല്കിയവനെ തൂക്കിലേറ്റാൻ വിധിക്കുകയും ചെയ്തു. പിന്നീടുള്ള കാലം ആ വടിയും വയലിനുമായി നിക്കോളാസ് സുഖമായി ജീവിച്ചു.

വളരെപ്പണ്ടു തന്നെ അമേരിക്കൻ ഇന്ത്യക്കാർ ഭക്ഷ്യവസ്തുവായി മുളക് ഉപയോഗിച്ചിരുന്നു. മദ്ധ്യഅമേരിക്കയാണ് മുളകിന്റെ ജന്മദേശം.

ഔങ്ങും നാല് പാവകളും

പണ്ട് മ്യാൻമാറിൽ പാവകൾ ഉണ്ടാക്കുന്ന ഒരാളുണ്ടായിരുന്നു. അയാൾക്ക് ഔങ് എന്നൊരു മകനും.

ദാരിദ്ര്യം കാരണം പൊറുതിമുട്ടിയപ്പോൾ ഔങ് തന്റെ നാടുവിട്ട് ദൂരെയൊരു നാട്ടിലേക്ക് പണി തേടി പോകാൻ തീരുമാനിച്ചു. പോകാൻ നേരത്ത് ഔങ്ങിന്റെ അച്ഛൻ അവന് നാലു പാവ

കളെ സമ്മാനിച്ചു. ആഗയെന്നും ഈഗയെന്നും ഊഗയെന്നും ഏഗയെന്നും ആയിരുന്നു ആ പാവകളുടെ പേരുകൾ.

ഔങ് നല്ല ബലമുള്ള ഒരു മുളങ്കമ്പ് തോളത്തുവച്ചു. എന്നിട്ട് അതിന്റെയൊരറ്റത്ത് നാല് പാവകളെയും തൂക്കിയിട്ടു തോളത്തെ ഭാണ്ഡത്തിൽ ഭക്ഷണം എടുത്തുവച്ചു. അങ്ങനെ അവൻ യാത്ര പുറപ്പെട്ടു.

നടന്നുനടന്ന് സന്ധ്യയായപ്പോൾ ഔങ് ഒരു കൊടുങ്കാട്ടിലെത്തിച്ചേർന്നു. രാത്രി കഴിച്ചുകൂട്ടാൻ അവൻ ഒരു സ്ഥലം കണ്ടെത്തി. പിന്നെ ആഗയെന്ന പാവയോട് ചോദിച്ചു. "ഈ സ്ഥലം സുരക്ഷിതമാണോ?"

"ഔങ് നീ എല്ലായിടവും നല്ലവണ്ണമൊന്ന് പരിശോധിക്കുക!" ഔങ്ങിനെ അമ്പരപ്പിച്ചുകൊണ്ട് ആഗ പറഞ്ഞു.

ഔങ് ആ സ്ഥലം നല്ലവണ്ണം പരിശോധിച്ചപ്പോൾ ഒരിടത്ത് കടുവയുടെ കാല്പാടുകൾ പതിഞ്ഞുകിടക്കുന്നത് ഔങ് കണ്ടു. അവൻ ആ സ്ഥലം ഉപേക്ഷിച്ച് കുറേ അപ്പുറത്തുള്ള ഒരു മരത്തിലാണ് ആ രാത്രി കഴിച്ചുകൂട്ടിയത്. രാത്രിയേറെ ചെന്നപ്പോൾ ഒരു വലിയ കടുവ താനാദ്യം കണ്ടെത്തിയ സ്ഥലത്ത് നില്ക്കുന്നതുകണ്ട് ഔങ് ഞെട്ടിപ്പോയി. ആഗയെന്ന പാവയുടെ ഉപദേശം കേട്ടത് നന്നായെന്ന് അവന് തോന്നി.

അടുത്ത ദിവസം നേരം വെളുത്തപ്പോൾ ഔങ് വീണ്ടും യാത്ര തുടർന്നു. കുറച്ചുദിവസങ്ങൾ കഴിഞ്ഞപ്പോൾ അവനൊരു മലയോരത്ത്എത്തിച്ചേർന്നു. അവിടെ കുറച്ചുനേരം വിശ്രമിക്കാൻ അവൻ തീരുമാനിച്ചു. അപ്പോഴാണ് ആ മലയുടെ താഴത്തുകൂടിയുള്ള മലമ്പാതയിലൂടെ കുറേ കാളവണ്ടികൾ പോകുന്നത് അവൻ കണ്ടത്. അതൊരു കച്ചവട സംഘമാണെന്നും അവരുടെ പക്കൽ ധാരാളം സമ്പത്ത് കാണുമെന്നും ഔങ്ങിനു തോന്നി.

ഔങ് ഉടനെ ഈഗയെന്ന പാവയോട് ആ വ്യാപാരികളുടെ സമ്പത്ത് മുഴുവനും തനിക്കുവേണമെന്ന് പറഞ്ഞു.

"കുട്ടീ... നീ എന്താഗ്രഹിക്കുന്നോ അത് നിനക്കു കിട്ടും!" എന്നു പറഞ്ഞുകൊണ്ട്, ഈഗയെന്ന പാവ തന്റെ വലതുകാൽ രണ്ട് മൂന്നു തവണ നിലത്ത് ആഞ്ഞു ചവിട്ടി. നിമിഷനേര

ങ്ങൾക്കുള്ളിൽ മലമുകളിൽനിന്ന് കൂറ്റൻ പാറക്കല്ലുകളും വലിയ മരങ്ങളുമൊക്കെ മലമ്പാതയിലേക്ക് വീഴാൻ തുടങ്ങി. ഇതൊക്കെ കണ്ട് ഭയന്ന വ്യാപാരിസംഘം ഭൂമികുലുക്കമാണെന്നും കരുതി കാളവണ്ടികളും മറ്റും ഉപേക്ഷിച്ച് ജീവനും കൊണ്ടോടിപ്പോയി!

അതുകണ്ട് സന്തോഷംകൊണ്ട് മതിമറന്ന ഔങ് മലമ്പാതയിലേക്ക് ഓടിയിറങ്ങി, കാളവണ്ടികളിൽനിന്നും സ്വർണ്ണവും വിലപിടിപ്പുള്ള രത്നങ്ങളുമൊക്കെ ഇരുകൈകളിലും വാരിയെടുത്തു.

പെട്ടെന്ന് എവിടെനിന്നോ ഒരു കരച്ചിൽ കേട്ട് ഔങ് അമ്പരന്ന് ചുറ്റും നോക്കി. ഏറ്റവും മുന്നിൽ നിന്നിരുന്ന കാളവണ്ടിയിൽ നിന്നാണ് ആ കരച്ചിൽ കേട്ടതെന്ന് അവന് തോന്നി അവൻ ഓടിച്ചെന്ന് ആ കാളവണ്ടിയിൽ നോക്കി. അപ്പോൾ അതാ സുന്ദരിയായ ഒരു പെൺകുട്ടി അതിനകത്തിരുന്ന് കരയുന്നു! വ്യാപാരിസംഘത്തിന്റെ തലവന്റെ മകളായിരുന്നു അത്. അവളുടെ പേര് ജൂലയെന്നായിരുന്നു. എല്ലാവരും ജീവനും കൊണ്ടോടിയപ്പോൾ ആരും അവളെക്കുറിച്ചോർത്തില്ല!

ഔങ് പലതും പറഞ്ഞ് ജൂലയെ ആശ്വസിപ്പിക്കാൻ ശ്രമിച്ചു. പക്ഷേ, അവൾ പറഞ്ഞത് എന്തെന്നോ?

“നിങ്ങൾ എന്നേയും സ്വന്തമാക്കിക്കൊള്ളൂ. പക്ഷേ, ഞാനൊരിക്കലും നിങ്ങളോട് സംസാരിക്കുകയില്ല!”

അവൻ ഓടിവന്ന് മൂന്നാമത്തെ പാവയായ ഊഗയോട്, തനിക്കുവേണ്ടി എന്തു ചെയ്യാൻ കഴിയുമെന്ന് ചോദിച്ചു.

അതിനുത്തരമെന്നോണം ഊഗ ആകാശത്തേക്ക് കുതിച്ചു ചാടിക്കൊണ്ട് തന്റെ കൈയിലിരുന്ന മാന്ത്രികവടി വായുവിൽ ചുഴറ്റി. അപ്പോൾ ഒരുഗ്രൻ കൊട്ടാരവും ധാരാളം ഭൃത്യന്മാരും സൈനികരുമൊക്കെ അവിടെ പ്രത്യക്ഷപ്പെട്ടു!

അങ്ങനെ ദിവസങ്ങൾ കഴിഞ്ഞുപോയി. എന്നിട്ടും ജൂല അവനോട് ഒരക്ഷരംപോലും മിണ്ടിയില്ല. ഒരുദിവസം ജൂലയുടെ അച്ഛൻ ഔങ്ങിന്റെ കൊട്ടാരത്തിലെത്തി. അയാൾ അപ്പോഴേക്കും പരമദരിദ്രനായി മാറിയിരുന്നു.

ആ വ്യാപാരിയുടെ ധനം അതിനേക്കാളിരട്ടിയായി നല്കാൻ

ഔങ്ങിന് സന്തോഷമേ ഉണ്ടായിരുന്നുള്ളൂ. പക്ഷേ, ജൂലയെ തനിക്ക് വിവാഹം ചെയ്തു തരണമെന്ന് ഔങ് അദ്ദേഹത്തോട് ആവശ്യപ്പെട്ടു.

അതുകേട്ടപ്പോൾ ആഗയെന്ന പാവയും ഊഗയെന്ന പാവയും ഔങ്ങിന്റെ നിർദ്ദേശത്തെ എതിർത്തു. അവൻ പലതും പറഞ്ഞുനോക്കിയെങ്കിലും ആ പാവകൾ ഒന്നിനും വഴങ്ങിയില്ല. അപ്പോൾ ഒരു പരിചാരകൻ വന്ന് ഔങ്ങിനോട് പറഞ്ഞു: "ജൂലയും അവളുടെ അച്ഛനും യാത്രപോലും പറയാതെ എങ്ങോട്ടുപോയി!"

ആ വാർത്തകേട്ട് ഔങ് പൊട്ടിക്കരഞ്ഞുപോയി. ഈ ലോകത്തിൽ താൻ ഒറ്റപ്പെട്ടുവെന്ന് അവന് തോന്നി.

പെട്ടെന്നവൻ തന്റെ അച്ഛൻ സമ്മാനിച്ച നാലാമത്തെ പാവയായ ഏഗയെ സമീപിച്ചിട്ട് അതിനോട് അഭിപ്രായം ചോദിച്ചു.

"യാതൊന്നും ആഗ്രഹിക്കാതെ ജീവിച്ചാൽ മനസ്സിന് ശാന്തിയും സമാധാനവും കിട്ടും..." ഏഗ പുഞ്ചിരിയോടെ പറഞ്ഞു.

ഔങ് എല്ലാ സമ്പത്തും ഉപേക്ഷിച്ച് കൊട്ടാരം വിട്ടിറങ്ങി. നാടുകൾ തോറും ഭിക്ഷതേടി അലയാൻ തുടങ്ങി. ദയയുള്ളവർ നല്കുന്ന ഒരുപിടി അരിയും ചില്ലിക്കാശും അവന് സന്തോഷം നല്കി.

ഒരുദിവസം ഭിക്ഷയ്ക്കായി ഒരു കുടിലിനു മുന്നിൽ ഔങ് എത്തി. ഭിക്ഷാപാത്രത്തിലേക്ക് നീണ്ടുവന്ന രണ്ട് കൈകളുടെ ഭംഗി അവൻ ശ്രദ്ധിച്ചു. ജൂലയായിരുന്നു അത്!

"ഞാൻ ഔങ്ങാണ്. നിന്നെയും അച്ഛനെയും കണ്ട് മാപ്പപേക്ഷിക്കാനാണ് ഞാൻ വന്നത്." ഔങ് പൊട്ടിക്കരഞ്ഞുകൊണ്ട് ജൂലയോട് പറഞ്ഞു.

ജൂല അവനെ അകത്തേക്ക് കൂട്ടിക്കൊണ്ടുപോയി. വൈകാതെ ജൂലയോടും അവളുടെ അച്ഛനോടുമൊപ്പം ഔങ് കൊട്ടാരത്തിലേക്ക് മടങ്ങി.

അവിടെ അവരെ സ്വീകരിക്കാൻ നാല് പാവകളും കാത്തുനിന്നിരുന്നു.

"പ്രിയപ്പെട്ട ഔങ് പണവും പ്രതാപവും നമുക്കൊരിക്കലും സന്തോഷവും സമാധാനവും നല്കില്ല. നിന്റെ ഇനിയുള്ള ജീവിതം സന്തോഷമാക്കാനുള്ള നല്ലൊരു പാഠം നീ പഠിച്ചുകഴിഞ്ഞിരിക്കുന്നു." ഏഗ എന്ന പാവ ഔങ്ങിനോട് പറഞ്ഞു. മറ്റ് മൂന്നു പാവകളും അത് ശരിവയ്ക്കുന്ന മട്ടിൽ ചിരിച്ചു.

ഔങ് തന്റെ സുഹൃത്തുക്കളായ നാല് പാവകൾക്കും നന്ദി പറഞ്ഞു. തന്റെ വിലയേറിയ സമ്പത്ത് മുഴുവനായി മറ്റുള്ളവരുടെ സന്തോഷത്തിനും ക്ഷേമത്തിനുമായി ചെലവാക്കുവാൻ അവനൊരു തീരുമാനമെടുത്തു. അങ്ങനെ ഏറെക്കാലം അവർ സന്തോഷത്തോടുകൂടി സുഖമായി ജീവിച്ചു.

പിന്നെ എന്തു സംഭവിക്കും?

പണ്ടുപണ്ട് പേർഷ്യയിൽ മെലാനി എന്നുപേരുള്ള ഒരുകഥപറച്ചിലുകാരിയുണ്ടായിരുന്നു. മെലാനിക്ക് യാത്ര ചെയ്യാൻ അത്ഭുതകരമായ ഒരു വാഹനവും ഉണ്ടായിരുന്നു. ഇഷ്ടമുള്ളിടത്തേക്കു പറക്കാൻ കഴിവുള്ള ഒരു മാന്ത്രിക പരവതാനി!

മെലാനി ലോകത്തെമ്പാടുമുള്ള ചക്രവർത്തിമാരുടെ കൊട്ടാരങ്ങളിലും ധനികരുടെ വീടുകളിലും തന്റെ പരവതാനിയിൽ കയറി എത്തും. എന്നിട്ട് നല്ല നല്ല കഥകൾ പറഞ്ഞ് അവരെ

രസിപ്പിക്കും. അങ്ങനെയിരിക്കെ ഒരുദിവസം മെലാനി പേർഷ്യൻ ചക്രവർത്തിയുടെ കൊട്ടാരത്തിലെത്തി. കഥ കേൾക്കാൻ ഏറെ താല്പര്യമുള്ള ആളായിരുന്നു ചക്രവർത്തി. എന്നാൽ മറ്റുള്ള വരെ ശല്യപ്പെടുത്തുന്നതിൽ സന്തോഷം കണ്ടെത്തുന്ന ഒരു മക നുണ്ടായിരുന്നു ചക്രവർത്തിക്ക്. സേറ എന്നായിരുന്നു അവന്റെ പേര്.

രാജസദസ്സിൽ ചക്രവർത്തിയും മന്ത്രിമാരും ഉൾപ്പെടെ ധാരാളം പേർ മെലാനിയുടെ കഥകൾ കേൾക്കാനായി തടിച്ചു കൂടി. മെലാനിയുടെ കഥകൾ കേട്ട് അവരെല്ലാവരും രസിച്ചിരു ന്നപ്പോഴാണ് ചക്രവർത്തിയുടെ മകൻ സേറ അവിടേക്കെഴുന്ന ള്ളിയത്.

മെലാനി കഥ പറഞ്ഞ് പകുതിയാകുമ്പോൾ സേറ. "കഥ യുടെ ബാക്കി ഞാൻ പറയാം" എന്നു പറഞ്ഞ് ശല്യപ്പെടുത്താൻ തുടങ്ങി. അതോടെ കഥ കേട്ടുകൊണ്ടിരുന്നവർക്ക് നിരാശയാ യി. പക്ഷേ, എന്തെങ്കിലും പറയാൻ പറ്റുമോ? രാജകുമാരനായി പ്പോയില്ലേ. ചക്രവർത്തിക്കും ദേഷ്യമടക്കാൻ കഴിഞ്ഞില്ല.

"സേറാ... ഇനിയും നീ ശല്യമുണ്ടാക്കിയാൽ ഞാൻ നിന്നെ പിടിച്ച് പുറത്താക്കും. മെലാനീ, മറ്റൊരുകഥ പറയൂ.." രാജാവ് ആവശ്യപ്പെട്ടു.

സേറയോട് അമർഷം തോന്നിയെങ്കിലും അത് പുറത്തുകാ ട്ടാതെ മെലാനി കഥ തുടർന്നു. എന്നാൽ കഥയുടെ പ്രധാന ഭാ ഗമായപ്പോൾ പരവതാനിപ്പുറത്തിരുന്ന് കഥ പറയുന്ന മെലാനി യുടെ അടുത്തേക്ക് സേറ ഓടിച്ചെന്നു. പരവതാനിയിൽ കയറി നിന്നിട്ട് അവൻ പറഞ്ഞു.

"ഓ ഇതെന്തൊരുകഥ. ഒരു തിമിംഗലത്തിന്റെ പുറത്താണ് സിൻബാദ് നിന്നതെന്ന് എനിക്ക് നേരത്തെ അറിയാം."

സേറയുടെ ശല്യം സഹിക്കവയ്യാതായപ്പോൾ മെലാനി മാന്ത്രികപ്പരവതാനിയോട് മൃദുവായി എന്തോ പറഞ്ഞു.

"ശ് ശ് ശ്..." പരവതാനിയുടെ പുറത്തുനിന്ന സേറ യെയുംകൊണ്ട് മാന്ത്രികപ്പരവതാനി ഒരൊറ്റപ്പറക്കൽ. മെലാനി യുടെ കല്പനയനുസരിച്ച് പരവതാനി ചാഞ്ഞും ചരിഞ്ഞും പർവ്വതങ്ങൾക്കും സമുദ്രങ്ങൾക്കും മുകളിലൂടെയൊക്കെ അതി

വേഗം പാഞ്ഞു! ഭയന്നുപോയ സേറ പേടിച്ചുവിറച്ചുപോയെന്നു പറഞ്ഞാൽ മതിയല്ലോ. അവൻ പരവതാനിയിൽ മുറുകെ പിടിച്ചിട്ട്. "രക്ഷിക്കണേ.. രക്ഷിക്കണേ.." എന്നുറക്കെ കരഞ്ഞു. പക്ഷേ, ആരുകേൾക്കാൻ?

അപ്പോൾ മെലാനി പറഞ്ഞു: "ഞാനൊരു കഥ പറയാം. കേട്ടോളൂ. ഒരിക്കൽ ഒരു കഥ പറച്ചിലുകാരി കഥകൾ പറഞ്ഞ് ആളുകളെ രസിപ്പിച്ചുകൊണ്ടിരിക്കുകയായിരുന്നു. അപ്പോൾ ഒരു കുരുത്തംകെട്ട ചെറുക്കൻ ഇടയ്ക്കിടെ ശല്യമുണ്ടാക്കിക്കൊണ്ടിരുന്നു. അവളെന്തു ചെയ്തെന്നോ? മാന്ത്രികപ്പരവതാനിയിൽ അവനെ കയറ്റി മുകളിലേക്കു പറത്തിവിട്ടു. ആകാശത്തോളം ഉയരത്തിൽ ചെന്നിട്ട് അവനെ താഴേക്ക് തള്ളിയിടണമെന്ന് പരവതാനിയോടു പറഞ്ഞു. പിന്നെ എന്തു സംഭവിക്കും? സേറാ ഈ കഥയുടെ ബാക്കി നീ പറയൂ?"

"ഇല്ല. ഞാൻ പറയില്ല. എന്നെ താഴെയിടരുതേ." സേറ ഉച്ചത്തിൽ കരഞ്ഞുകൊണ്ട് പറഞ്ഞു.

"മേലിൽ ഞാൻ കഥ പറയുമ്പോൾ ശല്യപ്പെടുത്തില്ലെന്ന് ഉറപ്പുതന്നാൽ നിന്നെ ഞാൻ താഴെയിറക്കാം." സേറയുടെ കരച്ചിൽ കണ്ട് അലിവു തോന്നിയ മെലാനി പറഞ്ഞു.

"ഇല്ലേയില്ല! ലോകത്തിൽ ആര് കഥ പറഞ്ഞാലും ഞാൻ ഇടയിൽ കയറിപ്പറഞ്ഞ് അവരെ ശല്യപ്പെടുത്തുകയില്ല. സത്യം!" പേടിയോടെ സേറ പറഞ്ഞു.

അപ്പോൾ മെലാനി പരവതാനിയോട് താഴെയിറങ്ങാൻ കല്പിച്ചു. രാജാവും പരിവാരങ്ങളും എന്ത് ചെയ്യണമെന്നറിയാതെ നിന്നപ്പോൾ സേറയുമായി പരവതാനി താഴെ വന്നിറങ്ങി. അപകടമൊന്നും കൂടാതെ തന്റെ മകൻ താഴെയെത്തിയപ്പോൾ പൊട്ടിച്ചിരിച്ചുകൊണ്ട് രാജാവ് പറഞ്ഞു.

"ഒരിക്കൽ മെലാനി കഥ പറയുകയായിരുന്നു. ഒരു ചെറുക്കൻ ഇടയ്ക്ക് കയറി ശല്യപ്പെടുത്തി. പിന്നെ എന്തുസംഭവിച്ചുവെന്ന് സേറ പറയൂ."

സേറ ഒന്നും മിണ്ടാതെ നാണിച്ച് തലകുനിച്ച് തന്റെ മുറിക്കുള്ളിലേക്ക് കയറിപ്പോയി. പിന്നീടൊരിക്കലും സേറ ഇടയ്ക്ക് കയറിപ്പറഞ്ഞ് ആരെയും ശല്യപ്പെടുത്തിയിട്ടില്ല.

ഏഴാമത്തെ മകൾ

പാകിസ്ഥാനിലെ പെഷവാറിലെ നാട്ടുരാജാവ് ആണ് സുൾഫിക്കർ. അദ്ദേഹത്തിന് സുന്ദരിമാരായ ഏഴ് മക്കളുണ്ട്. മക്കളെ എല്ലാവരേയും രാജാവിന് വലിയ ഇഷ്ടമായിരുന്നു. ഏറ്റവും ഇളയ മകളായ സെമീനയോട് കുറച്ച് ഇഷ്ടം കൂടുതലുമായിരുന്നു. അതിന് ഒരുകാരണവും ഉണ്ട് കേട്ടോ. ആ രാജ്യത്തെ ഏറ്റവും മികച്ച പാചകക്കാരിയായിരുന്നു സെമീന. അവൾ എന്നും സ്വാദുള്ള വിഭവങ്ങൾ ഉണ്ടാക്കി രാജാവിന് കൊടുക്കുമായിരുന്നു.

അങ്ങനെയിരിക്കെ ഒരുദിവസം രാജാവ് മക്കളെ ഏഴുപേരെയും അടുത്തുവിളിച്ചു. എന്നിട്ട് ചോദിച്ചു: "മക്കളേ നിങ്ങൾക്ക് ആഹാരവും വസ്ത്രവും ഒക്കെ തരുന്നത് ആരാണ്?"

"രാജാവായ അങ്ങുതന്നെ!" ആറുമക്കളും ഒരേസ്വരത്തിൽ മറുപടി പറഞ്ഞു. എന്നാൽ ഏറ്റവും ഇളയ മകളായ സെമീനയുടെ മറുപടി ഇങ്ങനെയായിരുന്നു. "അള്ളാഹുവാണ് നമുക്ക് എല്ലാം തരുന്നത്!"

സെമീനയുടെ മറുപടി രാജാവിന് ഇഷ്ടമായില്ല. "ഹും! ഇവളെ മരുഭൂമിയിൽ കൊണ്ടുപോയി ഉപേക്ഷിക്കൂ! ഇവൾക്ക് വേണ്ടതൊക്കെ ആര് കൊടുക്കുമെന്ന് ഞാനൊന്നു കാണട്ടെ!" രാജാവ് കല്പിച്ചു.

രാജകല്പനയല്ലേ, ആർക്കെങ്കിലും എതിർക്കാൻ പറ്റുമോ? ഉടൻ തന്നെ രാജഭടന്മാർ സെമീന രാജകുമാരിയെ മരുഭൂമിയിൽ കൊണ്ടുപോയി ഉപേക്ഷിച്ചു.

സെമീന മരുഭൂമിയിൽ വഴിയറിയാതെ അലഞ്ഞു. പെട്ടെന്നാണ് എവിടെനിന്നോ ഒരു കുഴൽവിളി അവൾ കേട്ടത്. മരുഭൂമിയിൽ ഒട്ടകങ്ങളെ മേച്ചുനടക്കുന്ന സമീർ എന്ന യുവാവായിരുന്നു അത്. മരുഭൂമിയുടെ നടുവിൽ ഒരു പെൺകുട്ടി ഒറ്റയ്ക്ക് അലഞ്ഞുനടക്കുന്നതു കണ്ടപ്പോൾ സമീറിന് അതിശയമായി.

എന്നാൽ സമീറിനെ കണ്ടപ്പോൾ സെമീനയ്ക്ക് വലിയ ആശ്വാസമാണ് തോന്നിയത്. സെമീന ഉണ്ടായ കാര്യങ്ങളെല്ലാം സമീറിനോട് പറഞ്ഞു. എന്നിട്ട് സമീറിനോടൊപ്പം അയാളുടെ

വീട്ടിലേക്ക് നടന്നു. നടന്നുനടന്ന് ക്ഷീണിച്ച അവർ ഒരു മരുപ്പച്ചയിൽ വിശ്രമിക്കാനിരുന്നു. അവിടെചെറിയ ഒരു അരുവി ഉണ്ടായിരുന്നു. അരുവിയിൽനിന്ന് വെള്ളം കുടിക്കുന്നതിനിടയിൽ എന്തോ തിളങ്ങുന്ന സാധനം കിടക്കുന്നത് സെമീന കണ്ടു. അവൾ അത് വാരിയെടുത്ത് നോക്കി. അപ്പോഴല്ലേ അതിശയം. അതൊക്കെ വിലപിടിപ്പുള്ള രത്നങ്ങളായിരുന്നു. സമീറും സെമീനയും ചേർന്ന് ഒരു ഭാണ്ഡം നിറയെ രത്നങ്ങൾ ശേഖരിച്ചു. ആ രത്നങ്ങൾ വ്യാപാരികൾക്ക് വിറ്റ് പണം വാങ്ങിച്ചതോടെ അവർ രണ്ടുപേരും ലക്ഷപ്രഭുക്കളായി മാറി.

വൈകാതെ സമീറും സെമീനയും ചേർന്ന് മനോഹരമായ ഒരു കൊട്ടാരം ഉണ്ടാക്കി. അവിടെ താമസം തുടങ്ങി. പടയാളികളും പരിചാരകരുമൊക്കെയായി സുഖകരമായ താമസം തന്നെ.

അങ്ങനെയിരിക്കെ ഒരുദിവസം സെമീന ഒരു പടയാളിയെ പറഞ്ഞയച്ച് സുൾഫിക്കർ രാജാവിനെ തന്റെ കൊട്ടാരത്തിലേക്ക് ക്ഷണിച്ചു. ക്ഷണം സ്വീകരിച്ച് എത്തിയ രാജാവിനെ സമീറാണ് സ്വീകരിച്ചത്. എന്നിട്ട് അദ്ദേഹത്തിന് വിശിഷ്ടമായ വിഭവങ്ങൾ നല്കി. ആ ഭക്ഷണം കഴിച്ചതോടെ സുൾഫിക്കർ രാജാവ് പൊട്ടിക്കരയാൻ തുടങ്ങി.

സമീർ ഒന്നും അറിയാത്തതുപോലെ രാജാവിനോട് ചോദിച്ചു: "എന്തിനാണ് അങ്ങ് ഇങ്ങനെ കരയുന്നത്?"

രാജാവ് പറഞ്ഞു: "എനിക്ക് സെമീന എന്നൊരു മകളുണ്ടായിരുന്നു. അവൾ ഉണ്ടാക്കിയിരുന്ന ആഹാരത്തിന്റെ അതേ രുചിയാണ് ഈ വിഭവങ്ങൾക്കൊക്കെ. എന്റെ മുൻകോപം കാരണം ഞാൻ സ്വന്തം മകളെ മരുഭൂമിയിൽ ഉപേക്ഷിച്ചു!" സുൾഫിക്കർ രാജാവ് വീണ്ടും കരയാൻ തുടങ്ങി.

അപ്പോഴാണ് സെമീന രാജകുമാരി രാജാവിന്റെ മുമ്പിലെത്തിയത്. രാജാവിന് ഉണ്ടായ സന്തോഷം പറയാനുണ്ടോ? അദ്ദേഹം മകളെ സന്തോഷത്തോടെ കെട്ടിപ്പിടിച്ചു.

"മകളേ അള്ളാഹുവാണ് നമുക്കുവേണ്ടതെല്ലാം നല്കുന്നതെന്ന് എനിക്കിപ്പോൾ മനസ്സിലായി. നീ എന്റെ കണ്ണു തുറപ്പിച്ചു!" രാജാവ് പറഞ്ഞു.

വൈകാതെ സുൾഫിക്കർ രാജാവ് സ്വന്തം രാജ്യത്തേക്ക് മടങ്ങി. സെമീനയും സമീറും സന്തോഷത്തോടെ സ്വന്തം കൊട്ടാരത്തിൽ താമസിക്കുകയും ചെയ്തു.

തോളിലെ എല്ലാണ് സ്കാപ്പുല. മനുഷ്യന്റെ ആകെ വാരിയെല്ലുകൾ 24 മുട്ടുചിരട്ടയിലെ എല്ല് പാറ്റെല്ല എന്നറിയപ്പെടുന്നു.

ഉപ്പു വേണം ഉപ്പ്!

ജപ്പാനിൽ ഒരിടത്ത് വലിയൊരു ഉപ്പുമലയുണ്ട്. ആ മല ഉണ്ടായത് എങ്ങനെയാണെന്ന് അറിയാമോ? ഇതാ ഈ കഥ കേൾക്കൂ.

പണ്ട് ജപ്പാനിലെ ഒരു ഗ്രാമത്തിൽ രണ്ട് സഹോദരന്മാർ ജീവിച്ചിരുന്നു. ചിയാങ് എന്നും ചുയാങ് എന്നുമായിരുന്നു അവരുടെ പേരുകൾ. മൂത്തവനായ ചിയാങ് ആ ഗ്രാമത്തിലെ ഏറ്റവും വലിയ ധനികനായിരുന്നു. ഇളയവനായ ചുയാങ്ങാവട്ടെ ഒരു പട്ടിണിപ്പാവവും!

അങ്ങനെയിരിക്കെ ഒരുദിവസം ചുയാങ്ങിന്റെ വീട്ടിലെ ധാന്യങ്ങളെല്ലാം തീർന്നു. കുറച്ച് ധാന്യം കടമായി ചോദിക്കാൻ പാവം ചുയാങ് തന്റെ സഹോദരനായ ചിയാങ്ങിന്റെ വീട്ടിലെത്തി.

"കടന്നു പൊയ്ക്കോ എന്റെ മുന്നിൽ നിന്ന്!

അല്ലെങ്കിൽ എന്റെ പട്ടിയെക്കൊണ്ട് നിന്നെ കടിപ്പിക്കും!" ധാന്യം ചോദിക്കേണ്ട താമസം ചിയാങ് കോപത്തോടെ സഹോദരനെ ആട്ടിപ്പുറത്താക്കി.

പാവം ചുയാങ്! അയാൾ വിശന്നുവലഞ്ഞ് നിരാശയോടെ തന്റെ കുടിലിലേക്ക് നടന്നു. അപ്പോഴാണ് വെളുത്തു നീണ്ട താടിയും നരച്ചുതഴച്ച മുടിയുമൊക്കെയുള്ള ഒരു സന്ന്യാസി ആ വഴി വന്നത്.

"മോനേ... നീയെങ്ങോട്ടുപോകുന്നു?" വിഷമത്തോടെ പോകുന്ന ചുയാങ്ങിനെ കണ്ടപ്പോൾ സന്ന്യാസി സ്നേഹത്തോടെ ചോദിച്ചു.

"എന്റെ വീട്ടിൽ ഒരു തരി ധാന്യം പോലുമില്ല! എവിടെ നിന്നെങ്കിലും കടം വാങ്ങിക്കാൻ ഇറങ്ങിയതാണ്. പക്ഷേ, ആരും തരുന്നില്ല!" ചുയാങ് പറഞ്ഞു. അതുകേട്ടപ്പോൾ സന്ന്യാസി ഒന്നു

ചിരിച്ചു. പിന്നെ തന്റെ ഭാണ്ഡത്തിൽനിന്നും ഒരു അരിയുണ്ടയും ചെറിയൊരു വെളുത്ത കല്ലും എടുത്ത് ചുയാങ്ങിന് കൊടുത്തു. അരിയുണ്ട കിട്ടിയപ്പോൾ ചുയാങ്ങിന് വളരെയധികം സന്തോഷമായി. പക്ഷേ, കല്ല് എന്തിനാണെന്ന് ചുയാങ്ങിന് മനസ്സിലായില്ല.

"ഈ വെളുത്ത കല്ല് എന്തിനാണ്?" അയാൾ സന്ന്യാസിയോട് ചോദിച്ചു.

"ആ കല്ല് നിന്റെ ഇടത്തെ കൈയുടെ നടുവിൽ വെച്ചതിനു ശേഷം അതിനോട് എന്താവശ്യപ്പെട്ടാലും അതു നിനക്ക് കിട്ടും!" സന്ന്യാസി പറഞ്ഞു. "പക്ഷേ, അത്യാഗ്രഹത്തോടെയും അഹങ്കാരത്തോടെയും ഒരുകാര്യവും കല്ലിനോട് ആവശ്യപ്പെടരുത്. അങ്ങനെ ചെയ്താൽ ആകെ കുഴപ്പമാവും!" സന്ന്യാസി ഓർമ്മിപ്പിച്ചു.

ചുയാങ്ങും കുടുംബവും അരിയുണ്ട തിന്ന് വയറു നിറച്ചു. പിന്നെ സന്ന്യാസി പറഞ്ഞതുപോലെ ആ വെളുത്ത കല്ലെടുത്ത് ഇടത്തേ കൈയിൽ വെച്ചിട്ട് ചുയാങ് പറഞ്ഞു. "ഞങ്ങളുടെ ഈ ചെറ്റക്കുടിലിനുപകരം ഒരു നല്ല വീടു തരണേ!"

അടുത്ത നിമിഷം തന്നെ ചുയാങ്ങിന്റെ ചെറ്റക്കുടിൽ നിന്ന സ്ഥലത്ത് മനോഹരമായ ഒരു വീട് ഉയർന്നുവന്നു. പിന്നെ ജീവിക്കാൻ ആവശ്യമുള്ള പലകാര്യങ്ങളും ചുയാങ് മാന്ത്രികക്കല്ലിനോട് ചോദിച്ചുവാങ്ങി. വൈകാതെ ചുയാങ്ങിന്റെ കഷ്ടപ്പാടുകളെല്ലാം മാറി.

'മാന്ത്രികക്കല്ലിനെ'പ്പറ്റിയുള്ള വാർത്ത, ചിയാങ്ങിന്റെ കാതിലും എത്തി. അസൂയയും ദുരാഗ്രഹവും മൂത്ത അയാൾക്കുണ്ടോ ഇരിക്കപ്പൊറുതി കിട്ടുന്നു? എങ്ങനെയും ആ മാന്ത്രികക്കല്ല് കൈവശപ്പെടുത്താനായി അയളുടെ ശ്രമം!

ഒരു ദിവസം രാത്രി ചിയാങ് പാത്തും പതുങ്ങിയും ചുയാങ്ങിന്റെ കൂറ്റൻ വീട്ടിൽ കയറിപ്പറ്റി. അവിടെയൊക്കെ തപ്പിനടന്ന അയാൾ ഒടുവിലാ മാന്ത്രികക്കല്ല് കൈക്കലാക്കി. പിന്നെ ഒരുനിമിഷം പോലും പാഴാക്കാതെ വീട്ടിലേക്കുപാഞ്ഞു. തന്റെ ആവശ്യങ്ങൾ മാന്ത്രികക്കല്ലിനോട് പറയാമെന്ന് ചിയാങ് ഉറപ്പിച്ചിരുന്നു.

കുറച്ചുദൂരം ഓടി കഴിഞ്ഞപ്പോൾ ചിയാങ്ങിന് വല്ലാത്ത വിശപ്പ് തോന്നി. അയാൾ ഒരു മരച്ചുവട്ടിൽ ഇരുന്നിട്ട് മാന്ത്രിക കല്ല് കൈയിൽ വെച്ചുകൊണ്ട് പറഞ്ഞു. "എനിക്കു വിശന്നിട്ടു വയ്യ! കുറച്ചു ഉപ്പുമാവ് തരൂ!"

ഉടൻതന്നെ എത്തി ചിയാങ്ങിന്റെ മുമ്പിൽ ഒരു പാത്രം നിറയെ ഉപ്പുമാവ്. ചിയാങ് സന്തോഷത്തോടെ ഉപ്പുമാവ് തിന്നാൻ തുടങ്ങി. അപ്പോഴല്ലേ ഒരു കുഴപ്പം - ഉപ്പുമാവിന് തീരെ ഉപ്പില്ല!

അഹങ്കാരിയായ ചിയാങ്, കല്ല് വീണ്ടും കൈയിൽ വെച്ചിട്ട് അതിനോട് കോപത്തോടെ ചോദിച്ചു. "ഹും, ഉപ്പില്ലാത്ത ഉപ്പുമാവാണോ തരുന്നത്? വേഗം ഉപ്പുതന്നില്ലെങ്കിൽ നിന്നെ ഞാൻ..." ചിയാങ് കല്ലിനെ നോക്കി കണ്ണുരുട്ടി.

എന്തായാലും ഉടൻതന്നെ ചിയാങ്ങിന്റെ പാത്രത്തിൽ ഉപ്പ് വന്നുവീഴാൻ തുടങ്ങി. ചിയാങ് "മതി, മതി!" എന്ന് പറഞ്ഞിട്ട് വല്ല രക്ഷയുമുണ്ടോ? ഉപ്പ് കുന്നുപോലെ പെരുകിക്കൊണ്ടിരുന്നു! അതോടെ പുറത്തു വരാനാകാതെ ചിയാങ് അതിനുള്ളിൽ കുടുങ്ങിപ്പോയി!

അങ്ങനെ ചിയാങ്ങിന്റെ അത്യാഗ്രഹം മൂലമുണ്ടായതാണ് ജപ്പാനിലെ വമ്പൻ ഉപ്പുമല എന്നാണ് അവരുടെ വിശ്വാസം. അത്യാഗ്രഹിയായ ചിയാങ് ഇപ്പോഴും മലയ്ക്കുള്ളിലിരുന്ന് നിലവിളിക്കാറുണ്ടത്രേ.

'പിങ്ക് ചൈന' എന്നറിയപ്പെടുന്നത് ഒരിനം റോസാപ്പൂവാണ്. 'ബ്ലാക്ക് മാജിക്' എന്നു പേരുള്ള റോസാപ്പൂവിന് ചുവപ്പുനിറമാണ്.'

മരമണ്ടൻ ഗിൽബാനിയോസ്

പണ്ട് ഇറ്റലിയിലെ ഒരു ഗ്രാമത്തിൽ വിധവയായ ഒരു സ്ത്രീയുണ്ടായിരുന്നു. ആ പാവം സ്ത്രീക്ക് ഒരേയൊരു മകനേയുണ്ടായിരുന്നുള്ളൂ- ഗിൽബാനിയോസ്! മരമണ്ടനായിരുന്നു അവൻ.

ഒരുദിവസം വിധവ താൻ നെയ്ത കുറെ വസ്ത്രങ്ങളെടുത്ത് ഗിൽബാനിയോസിന്റെ കൈയിൽ കൊടുത്തിട്ടു പറഞ്ഞു. "മോനേ.. ഇത് നീ ചന്തയിൽ കൊണ്ടുപോയി വില്ക്കണം. ഇടത്തോട്ടോ വലത്തോട്ടോ നോക്കാതെ നേരെ ചന്തയിൽ ചെല്ലണം. നല്ല വില കിട്ടിയാലേ തുണി കൊടുക്കാവൂ. എപ്പോഴും 'ചലപിലാ' ചിലച്ചുകൊണ്ട് നില്ക്കുന്ന ചില പെണ്ണുങ്ങൾ ചന്തയിലുണ്ടാകും... അവരോട് നീയൊന്നും മിണ്ടരുത്. തിരക്കിൽ നിന്ന് മാറിനില്ക്കുന്ന ആരെങ്കിലുമുണ്ടെങ്കിൽ അവർക്ക് തുണി വില്ക്കണം.." ഗിൽബാനിയോസ് എല്ലാം സമ്മതിച്ചിട്ട് ചന്തയിലേക്കു നടന്നു.

അമ്മ പറഞ്ഞതുപോലെതന്നെ അവൻ ഇടത്തോട്ടോ വലത്തോട്ടോ നോക്കാതെ നടന്നപ്പോൾ പട്ടണത്തിലെ പ്രധാന നിയമപാലകന്റെ ഭാര്യയും വേലക്കാരിയുംകൂടി ഒരുകുതിരവണ്ടിയിൽ അതുവഴി വന്നു. പ്രധാന നിയമപാലകന്റെ ഭാര്യ ചലപില സംസാരിച്ചുകൊണ്ടാണ് കുതിരവണ്ടിയിലിരുന്നത്.

"ഗിൽബാനിയോസ് തുണികൾ വില്ക്കാനാണെങ്കിൽ ഞാനതു വാങ്ങിക്കൊള്ളാം. നല്ല വിലയും തരാം." കുതിരവണ്ടി ഗിൽബാനിയോസിനടുത്തായി നിറുത്തിയിട്ട് പ്രധാന നിയമപാലകന്റെ ഭാര്യ പറഞ്ഞു. ചലപില സംസാരിക്കുന്നവർക്ക് തുണി കൊടുക്കരുതെന്നല്ലേ അമ്മ പറഞ്ഞിരിക്കുന്നത്. അതുകൊണ്ട് ഒന്നും മിണ്ടാതെ അവൻ നടന്നു.

ചന്തയിലേക്ക് പോകുന്നവഴിയിൽ മനോഹരമായ ഒരു പ്രതിമ നില്ക്കുന്നുണ്ടായിരുന്നു. അതിനെ കണ്ടപ്പോൾ അവൻ പെട്ടെന്ന് അമ്മയുടെ വാക്കുകൾ ഓർത്തു എന്നിട്ടുപറഞ്ഞു.

"തിരക്കിൽനിന്ന് മാറി നില്ക്കുന്ന നിങ്ങൾക്കിത് ഞാൻ നൂറു യൂറോയ്ക്ക് തരാം. തുണി ഞാനിവിടെ വെച്ചേക്കാം. ചന്തയിൽ പോയി തിരിച്ചുവരുമ്പോൾ പറഞ്ഞ പണം തന്നാൽമതി.." അതും പറഞ്ഞിട്ട് ഗിൽബാനിയോസ് തുണിക്കെട്ട് പ്രതിമയുടെ അടുത്തുവച്ചിട്ട് ചന്തയിലേക്ക് നടന്നു.

ഗിൽബാനിയോസ് ചന്തയിൽ പോയി തിരികെ വന്നപ്പോൾ തുണിക്കെട്ട് അവിടെങ്ങും കാണാനുണ്ടായിരുന്നില്ല. അതാരോ എടുത്തുകൊണ്ടുപോയിരുന്നു.

"തുണികളൊക്കെ നീ എടുത്തു അല്ലേ? എങ്കിൽ ഞാൻ പറഞ്ഞ നൂറ് യൂറോ ഇങ്ങോട്ടുതന്നോളൂ." ഇതു കേട്ടിട്ട് പ്രതിമയ്ക്കുണ്ടോ വല്ലഭാവവും. പ്രതിമ മിണ്ടാതെ നില്ക്കുന്നതു കണ്ടപ്പോൾ ഗിൽബാനിയോസിന് ദേഷ്യം സഹിക്കാൻ കഴിഞ്ഞില്ല. അവനവിടെക്കിടന്ന ഒരു വടിയെടുത്ത് പ്രതിമയുടെ തലയ്ക്കിട്ട് ഒറ്റയടി!

അടികൊണ്ട് പ്രതിമയുടെ തല ഇളകിപ്പോയി. നോക്കിയപ്പോൾ അതാ പ്രതിമയുടെ അകത്തു നിറയെ സ്വർണ്ണനാണയങ്ങൾ!

ഗിൽബാനിയോസ് ആ സ്വർണ്ണനാണയങ്ങളുമായി വീട്ടിലെത്തി. യൂറോ പ്രതീക്ഷിച്ചിരുന്ന വിധവയായ സ്ത്രീ സ്വർണ്ണനാണയങ്ങൾ കണ്ട് അത്ഭുതപ്പെട്ടു. സ്വർണ്ണനാണയങ്ങളുടെ വില മരമണ്ടനായ തന്റെ മകനോട് പറഞ്ഞാൽ അവനത് നാടുമുഴുവൻ വിളിച്ചുകൂവി നടക്കും. അവർ അതെല്ലാമെടുത്ത് ഒരു കുട

ത്തിൽ ഭദ്രമായി വച്ചുകൊണ്ട് മകനോട് പറഞ്ഞു. "മോനേ, ഇത് പഴകിത്തുരുമ്പിച്ച കുറെ ഇരുമ്പാണികളാ. നിന്നെ ആരോ പറ്റിച്ചു!"

കുറച്ചുകഴിഞ്ഞപ്പോൾ അവർ എന്തിനോ വേണ്ടി പുറത്തേക്കു പോയി. അപ്പോൾ ഒരു ആക്രിക്കച്ചവടക്കാരൻ അതുവഴി വന്നു. ഗിൽബാനിയോസ് കുടത്തിലിരുന്ന സ്വർണ്ണനാണയങ്ങളൊക്കെയെടുത്ത് അയാൾക്ക് കൊടുത്തു. അയാൾ ഏതാനും യൂറോകൾ ഗിൽബാനിയോസിന് കൊടുത്തിട്ട് സ്വർണ്ണനാണയങ്ങളുമായി പമ്പകടന്നു.

നേരം സന്ധ്യമയങ്ങിത്തുടങ്ങിയപ്പോൾ വിധവയായ സ്ത്രീ തിരികെ വന്നു. മകൻ സ്വർണ്ണനാണയങ്ങൾ നഷ്ടപ്പെടുത്തിയതറിഞ്ഞ് അവർക്ക് ദേഷ്യംവന്നു. ദേഷ്യംകൊണ്ട് അവർ അവനെ അടിച്ചു അടികൊണ്ട ഗിൽബാനിയോസ് വീടിന്റെ കതകും ഊരിയെടുത്തുകൊണ്ട് തെരുവിലൂടെ ഓട്ടം തുടങ്ങി.

"ഗിൽബാനിയോസ്, എവിടുന്നാ ഈ കതക് മോഷ്ടിച്ചത്?" തെരുവിൽനിന്ന് പലരും അവനോട് ചോദിച്ചു. അതു കേട്ടപ്പോൾ

അവനാകെ പേടിയായി. അവൻ കതകുമെടുത്ത് വനത്തിലൊരിടത്ത് ഒരു മരത്തിൽ കയറി ഇരിപ്പുറപ്പിച്ചു.

രാത്രിയായപ്പോൾ കുറേ കള്ളന്മാർ മോഷ്ടിച്ച പണവും സ്വർണ്ണവുമൊക്കെയായി ആ മരത്തിന്റെ കീഴിൽ വന്നിരുന്ന് വീതം വെക്കാൻ തുടങ്ങി. അതുകണ്ട് പേടിച്ചുവിറച്ചുപോയ ഗിൽബാനിയോസിന്റെ കൈയിൽ നിന്ന് കതക് തെന്നി കള്ളന്മാരുടെ ഇടയിലേക്ക് വീണു.

“ഹയ്യോ... പ്രേതം... പ്രേതം... ഓടിക്കോ..” എന്ന് നിലവിളിച്ചു കൊണ്ട് കള്ളന്മാർ പണവും സ്വർണ്ണവുമൊക്കെ ഉപേക്ഷിച്ചിട്ട് ഓടിക്കളഞ്ഞു.

ഗിൽബാനിയോസ് വേഗം മരത്തിൽനിന്നു താഴെയിറങ്ങി. അവിടെ കിടന്നിരുന്ന പണവും സ്വർണ്ണവുമൊക്കെ വാരിയെടുത്തുകൊണ്ട് വീട്ടിലെത്തി. അതോടെ അവരുടെ കഷ്ടപ്പാടുകളൊക്കെ തീരുകയും പിന്നീടുള്ള കാലം അവർ സുഖമായി ജീവിക്കുകയും ചെയ്തു.

കമ്പ്യൂട്ടറിന്റെ മെമ്മറി എന്നറിയപ്പെടുന്നത് റാൻഡം ആക്സസ് മെമ്മറി. വിവരങ്ങൾ താല്ക്കാലികമായി ശേഖരിച്ചു വയ്ക്കുന്ന മെമ്മറിയാണ് റാം

സൂര്യന്റെ സമ്മാനം

പൂവൻകോഴികൾക്ക് തലയിൽ പൂവ് ഉണ്ടായതെങ്ങനെയാണെന്ന് കൂട്ടുകാർക്ക് അറിയാമോ? അതിനെക്കുറിച്ച് ചൈനയിലെ ഗിയാവോ വർഗ്ഗക്കാരുടെ ഇടയിൽ ഒരുകഥയുണ്ട്. ഇതാ..

പണ്ടുപണ്ട് ചൈനയിലെ ഒരു ഗ്രാമത്തിൽ ഒരുദിവസം രാവിലെ ആറ് സൂര്യന്മാർ ഒന്നിച്ച് ഉദിച്ചു. ഒരു സൂര്യന്റെ ചൂടു തന്നെ സഹിക്കാൻ വയ്യ. പിന്നെയല്ലേ ആറ് സൂര്യന്മാരുടെ ചൂട്? പോരാത്തതിന് മഴയും പെയ്യുന്നില്ല. ഗ്രാമവാസികളാകെ പൊറുതിമുട്ടി. വയലുകളും അരുവികളും കിണറുകളുമൊക്കെ വറ്റിവരണ്ടു ഒരുതുള്ളി ജലത്തിനായി ജനങ്ങൾ എല്ലായിടത്തും അലഞ്ഞു.

"ഇങ്ങനെ പോയാൽ നാട്ടിൽ പ്രജകളാരും ഉണ്ടാകില്ല! ഈ ആപത്തിൽനിന്നും രാജ്യത്തെ രക്ഷപ്പെടുത്താനെന്താണൊരു വഴി?" അവിടത്തെ രാജാവ് ചോദിച്ചു.

"പ്രഭോ... ഈ സൂര്യന്മാരെയൊക്കെ നമുക്ക് അമ്പെയ്തു കൊന്നുകളയാം!" ഒരു മന്ത്രിപറഞ്ഞു.

ആ അഭിപ്രായം ശരിയാണെന്ന് രാജാവിനും തോന്നി. മാനത്തെ സൂര്യന്മാരെ അമ്പെയ്തുവീഴ്ത്താൻ കഴിവുള്ള ഒരു അമ്പെയ്ത്തുകാരനെ അന്വേഷിച്ച് രാജഭടന്മാർ നാടെങ്ങും അലഞ്ഞു.

അപ്പോഴാണ് അയൽനാട്ടിലെ രാജകുമാരൻ അതുവഴി വന്നത്. ഗ്രാമവാസികളുടെ സങ്കടവും മറ്റും കണ്ടപ്പോൾ അദ്ദേഹത്തിന് അവരോട് ദയ തോന്നി.

“നിങ്ങളെ രക്ഷിക്കാൻ പറ്റുമോയെന്ന് ഞാനൊന്ന് നോക്കട്ടെ!” രാജകുമാരൻ അമ്പും വില്ലുമായി സൂര്യന്മാരെ ഉന്നം വെച്ചു. പക്ഷേ, അക്കാര്യം താനുദ്ദേശിച്ചതുപോലെ അതത്ര നിസ്സാരമല്ലെന്ന് രാജകുമാരന് പെട്ടെന്ന് മനസ്സിലായി.

രാജകുമാരൻ ചുറ്റുപാടുമൊന്ന് കണ്ണോടിച്ചു. തൊട്ടടുത്തുള്ളൊരു കുളത്തിലെ വെള്ളത്തിൽ ആറ് സൂര്യന്മാരും പ്രകാശിച്ചു നില്ക്കുന്നു. രാജകുമാരന് സന്തോഷമായി. അദ്ദേഹം പെട്ടെന്ന് അമ്പും വില്ലുമെടുത്ത് ഓരോ സൂര്യനെയും ലക്ഷ്യമാക്കി അമ്പു തൊടുത്തുവിട്ടു. ആദ്യത്തെ അഞ്ച് സൂര്യന്മാരെയും രാജകുമാരൻ അമ്പെയ്ത് അപ്രത്യക്ഷരാക്കി. ആറാമത്തെ സൂര്യനെ അമ്പെയ്യാൻ നോക്കിയപ്പോൾ, ആ സൂര്യൻ എവിടെയോ മറഞ്ഞുകളഞ്ഞു!

ഇനി സൂര്യന്മാരുടെ കൊടുംചൂട് സഹിക്കേണ്ടിവരില്ലല്ലോ എന്നോർത്തപ്പോൾ ഗ്രാമവാസികൾക്ക് സന്തോഷമായി. അവർ ആ രാജകുമാരന് ഒത്തിരി സമ്മാനങ്ങൾ നല്കി യാത്രയാക്കി.

എന്നാൽ അടുത്ത ദിവസമാണ് ഗ്രാമവാസികൾ അമളി മനസ്സിലാക്കിയത്. രാത്രി അവസാനിക്കുന്നില്ല. സൂര്യൻ ഉദിക്കുന്നില്ല.

ഗ്രാമവാസികളൊക്കെ വീണ്ടും വിഷമത്തിലായി. അവർ പിന്നെയും യോഗം ചേർന്നു. ഒളിച്ചുപോയ അവസാനത്തെ സൂര്യനെ കണ്ടുപിടിച്ച് പുറത്തുകൊണ്ടുവരാൻ എന്താണൊരു വഴി? അവർ ആലോചിച്ചു. സൂര്യനെ പുറത്തുകൊണ്ടുവരാൻ മൃഗങ്ങളുടെ സഹായം തേടാൻ അവർ തീരുമാനിച്ചു.

വൈകാതെ മൃഗങ്ങൾ കൂട്ടമായി എത്തി..

സിംഹത്താൻ അലറി: “ഗർർർ!”

കടുവച്ചാർ ഗർജ്ജിച്ചു: “ഗർർർ!”

ആന ചിന്നം വിളിച്ചു: “ഫ്ലാാ... ഫ്ലാാ..”

പശുവമ്മ കരഞ്ഞു: “ഇമ്പേ... ഇമ്പേ...”

പക്ഷേ, സൂര്യനുണ്ടോ പുറത്തുവരുന്നു? അവസാനം തല

യെടുപ്പുള്ള ഒരു പൂവൻകോഴി പാറപ്പുറത്ത് കയറിനിന്ന് ഉറക്കെ കൂവി: "കൊക്കരക്കോ.."

ചിറകടിച്ച് ആ പൂവൻ കോഴി പിന്നെയും നീട്ടിക്കൂവി. "കൊക്കരക്കോ.."

ആ ശബ്ദം കേട്ടപ്പോൾ പേടിച്ച് ഒളിച്ചോടിയ സൂര്യൻ മേഘങ്ങൾക്കിടയിൽ നിന്ന് പതുക്കെ തലനീട്ടി! അതുകണ്ട് ഗ്രാമവാസികൾ ആരവം മുഴക്കി. ആഹ്ലാദനൃത്തം ചവിട്ടി. അപ്പോൾ സൂര്യനും ഒത്തിരി സന്തോഷമായി!

തനിക്കിഷ്ടപ്പെട്ട ശബ്ദം ഉണ്ടാക്കിയ പൂവൻകോഴിയെ സൂര്യൻ പ്രത്യേകം അനുഗ്രഹിച്ചു. അവന്റെ തലയിൽ മനോഹരമായ ഒരുപൂവ് സൂര്യൻ വെച്ചുകൊടുത്തു. അങ്ങനെ കിട്ടിയതാണത്രേ. പൂവൻകോഴിയുടെ തലയിൽ കാണുന്ന പൂവ്.

സംസ്ഥാന പാർട്ടികൾക്ക് അവരുടെ സംസ്ഥാനങ്ങളിൽ ഒരു ചിഹ്നം മാത്രമേയുള്ളൂ

വടി പഠിപ്പിച്ച പാഠം

പണ്ട്പണ്ട് ആഫ്രിക്കയിൽ വലിയ ക്ഷാമം ഉണ്ടായി! ഭക്ഷണമൊന്നും കിട്ടാനില്ല! ഒരു തുള്ളി ദാഹജലത്തിനായി മനുഷ്യർ പരക്കം പാഞ്ഞു!

ആഫ്രിക്കയിലെ ഒരുഗ്രാമത്തിൽ ആൻസൽ എന്നു പേരായ ഒരു കുട്ടിയുണ്ടായിരുന്നു. അവന്റെ കുടുംബത്തിന്റെ അവസ്ഥയും ദയനീയമായിരുന്നു.

ഒരുദിവസം ആൻസൽ കാട്ടിലേക്ക് പോയി. കാട്ടുപഴങ്ങളെങ്കിലും പറിച്ചുതിന്ന് വിശപ്പടക്കാമെന്ന പ്രതീക്ഷയിലാണ് പോയത്. പക്ഷേ, ഒന്നും കിട്ടിയില്ല.

അങ്ങനെ നടക്കുമ്പോൾ അവൻ ഒരു വൃദ്ധനെ കണ്ടു- മന്ത്രവാദിയായ ഒരു വൃദ്ധൻ!

"മോനേ... നിനക്കെന്താണ് വേണ്ടതെന്ന് ഈ അപ്പൂപ്പനോട് പറഞ്ഞോളൂ." വൃദ്ധൻ ആൻസലിനോട് പറഞ്ഞു.

ആൻസൽ എല്ലാ കാര്യങ്ങളും വൃദ്ധനോട് പറഞ്ഞു. വൃദ്ധൻ ഒരു കൊച്ചുകുടം വായുവിൽനിന്നു വരുത്തി ആൻസലിനു കൊടുത്തു. "മോനെ ഈ മാന്ത്രികക്കലത്തിനോട് 'കുഞ്ഞിക്കലമേ മാന്ത്രികക്കലമേ ഭക്ഷണം തരിക തരിക' എന്നുപറയൂ... ആവശ്യമുള്ള ഭക്ഷണം കിട്ടും..'

ആൻസൽ സന്തോഷത്തോടു കൂടി ആ മാന്ത്രികക്കലവും

വാങ്ങി വീട്ടിലേക്ക് നടന്നു. വഴിക്കുവച്ച് അവൻ ഒരിടത്തിരുന്ന് കുഞ്ഞിക്കലം മുന്നിൽവച്ച് പറഞ്ഞു. "കുഞ്ഞിക്കലമേ മാന്ത്രി കക്കലമേ, ഭക്ഷണം തരിക തരിക."

പെട്ടെന്ന് അതാ, രുചികരമായ ഭക്ഷണം മുന്നിൽ! ആൻസൽ സന്തോഷമായി ഭക്ഷണം കഴിച്ച് അവൻ വീട്ടിലേക്കു തിരിച്ചു.

വീട്ടിലെത്തിയ ആൻസൽ കലം സ്വന്തം വീട്ടുകാർരെപ്പോലും കാണിക്കാതെ ഒളിപ്പിച്ചുവച്ചു.

വീട്ടുകാർ ഭക്ഷണം തേടി പുറത്തുപോകുന്ന തക്കം നോക്കി ആൻസൽ കലമെടുത്ത് ഭക്ഷണം കഴിക്കും!

എല്ലാവരും എല്ലും തോലുമായി മാറിയപ്പോൾ അങ്ങനെ ആൻസൽ മാത്രം തടിച്ചു കൊഴുത്തു.

ഇവന്റെ ഈ തടിയുടെ രഹസ്യം കണ്ടുപിടിച്ചിട്ടു തന്നെ ബാക്കി കാര്യം. ഒരുദിവസം ആൻസലിന്റെ ഇളയ സഹോദരൻ ആബേൽ തീരുമാനിച്ചു. അവൻ ഭക്ഷണം തേടി പോകുന്നതാ

യിട്ട് ഭാവിച്ചിട്ട് വീട്ടിന്റെ തട്ടിൻപുറത്ത് കയറി ഒളിച്ചിരുന്നു.

എല്ലാവരും പുറത്തു പോയെന്നു കരുതി ആൻസൽ മാന്ത്രികക്കലമെടുത്ത് ഭക്ഷണം വരുത്തി. ആബേൽ അതുകണ്ട് അമ്പരന്നു.

വൈകുന്നേരം ആബേൽ താൻ കണ്ട കാര്യങ്ങളൊക്കെ മറ്റുള്ളവരെ പറഞ്ഞുകേൾപ്പിച്ചു. ഉടനെ അവരൊക്കെക്കൂടി ഒളിപ്പിച്ചു വച്ചിരുന്ന മാന്ത്രികക്കലം കണ്ടുപിടിച്ചിട്ട് കലത്തോട് പറഞ്ഞു.

"കുഞ്ഞിക്കലമേ, മാന്ത്രികക്കലമേ, ഭക്ഷണം തരിക തരിക."

അവർക്കൊക്കെ ആവശ്യമുള്ള ഭക്ഷണം മാന്ത്രിക്കകലം നല്കി.

രഹസ്യം കണ്ടുപിടിച്ച ആബേലിനോട് ആൻസലിന് ദേഷ്യമാണ് തോന്നിയത്!

അടുത്തദിവസം ആൻസലിന്റെ അമ്മ ആ കലവുമായാണ് ചന്തയിൽപോയത് ചന്തയിലെത്തിയ ആ സാധുസ്ത്രീ എല്ലാവരേയും വിളിച്ചുകൂട്ടി ഭക്ഷണം കൊടുത്തു.

അതുകൂടി അറിഞ്ഞപ്പോൾ ആൻസലിന് ആകെ വിഷമമായി. അവൻ ഉടനെതന്നെ കലം നല്കിയ വൃദ്ധനെ കണ്ട് കാര്യം പറഞ്ഞു

അതുകേട്ട് വൃദ്ധൻ ചിരിച്ചുകൊണ്ടു പറഞ്ഞു: "ഞാനൊരു വടി തരാം.. ആ വടിയോട് നിനക്ക് വേണ്ടതെന്താണെന്നു പറഞ്ഞാൽ അതു തരും."

വൃദ്ധൻ ഒരു വടിയെടുത്ത് ആൻസലിനു കൊടുത്തു. അവൻ അതും വാങ്ങിക്കൊണ്ട് സന്തോഷത്തോടെ വീട്ടിലേക്കു നടന്നു.

കുറച്ചുദൂരം ചെന്നപ്പോൾ അവനു തോന്നി. വടിയുടെ ശക്തി ഒന്നുപരീക്ഷിക്കണം! അവൻ വടിയെടുത്തിട്ട് പറഞ്ഞു.

"വടിയേ, വടിയേ, മാന്ത്രികവടിയേ ഭക്ഷണം തരിക തരിക!"

അതുകേട്ടതും വടി അവന്റെ പുറത്ത് പ്ടേ... പ്ടേ... എന്ന് അടി തുടങ്ങി! നിർത്താതെ അടിയോടടി!."

വടിയിൽനിന്നും രക്ഷപ്പെടാൻ അവൻ വീട്ടിലേക്കോടി!

എന്തായാലും അതോടെ അവൻ നല്ലൊരു പാഠം പഠിച്ചു. ഇപ്പോൾ ആൻസൽ എന്തുകിട്ടിയാലും അത് തന്റെ വീട്ടിലുള്ളവർക്കും നാട്ടിലുള്ളവർക്കും പങ്കുവച്ചു കൊടുക്കും!

വിഡ്ഢികളെ കണ്ടെത്തിയേ!

പണ്ട് ഗ്രീസിൽ ഫ്രെഡറിക് എന്നൊരു കർഷകൻ ഉണ്ടായിരുന്നു. അയാളുടെ ഭാര്യയും മകളും വലിയ വിഡ്ഢികളായിരുന്നു. ഒരുദിവസം ഫ്രെഡറിക്കിന്റെ മകൾ വീടിന് അടുത്ത് ഒരു കുളം കാണാനിടയായി. ഉടൻ അവൾ അവിടെയിരുന്ന് നിലവിളി തുടങ്ങി.

കാരണം എന്തെന്നോ?

ഭാവിയിൽ അവൾക്ക് കുട്ടികളുണ്ടാകുമ്പോൾ അവർ അബദ്ധത്തിൽ ഈ കുളത്തിൽ വീണ് മുങ്ങിച്ചത്താലോ? അത് ഓർത്തായിരുന്നു. ആ മണ്ടിയുടെ കരച്ചിൽ!

ഫ്രെഡറിക്കിന്റെ ഭാര്യ നോക്കുമ്പോഴുണ്ട്, മകൾ കരയുന്നു! കാര്യം തിരക്കിയപ്പോൾ മകൾ തന്റെ തോന്നൽ അമ്മയോട് പറഞ്ഞു. അതുകേട്ടതോടെ അമ്മയും അവിടെയിരുന്ന് നിലവിളിക്കാൻ തുടങ്ങി!

കരച്ചിലിന്റെ കാര്യമറിഞ്ഞപ്പോൾ ഫ്രെഡറിക്കിന് ചിരിയാണ് വന്നത്. പക്ഷേ, ചിരി മനസ്സിലൊതുക്കി അയാൾ പറഞ്ഞു: “ഞാനൊരു യാത്ര പുറപ്പെടുകയാണ്. നിങ്ങളെക്കാൾ വലിയ വിഡ്ഢികളെ കണ്ടാൽ ഞാൻ മടങ്ങിയെത്തും. ഇല്ലെങ്കിൽ നമ്മൾ ഇനി കാണുകയില്ല.”

ഫ്രെഡറിക് നടന്നുനടന്ന് ദൂരെയൊരു നാട്ടിലെത്തി. അവി

ടെയൊരു വീട്ടിൽ ഒരു കരച്ചിൽ കേട്ടു.

ഫ്രെഡറിക് ചെന്ന് നോക്കിയപ്പോൾ കണ്ടതോ? ഒരു സ്ത്രീ, കുഞ്ഞിനെ തൊട്ടിലിൽ കിടത്തിയിരിക്കുന്നു. ആ തൊട്ടിലിനു മുകളിൽ ഒരു വലിയ ചുറ്റിക തൂങ്ങിക്കിടക്കുന്നു. ആ ചുറ്റിക നോക്കി കുഞ്ഞിന്റെ അമ്മ കരയുകയാണ്! "അയ്യോ! ചുറ്റിക വീണാൽ എന്റെ കുഞ്ഞ് ചതഞ്ഞുപോകുമേ..!"

"ഞാനീ പ്രശ്നം പരിഹരിച്ചാൽ എനിക്കെന്ത് തരും? ഫ്രെഡറിക് ചോദിച്ചു. 'പണം തരാം.' എന്നായി ആ സ്ത്രീ. ഫ്രെഡറിക് വേഗം കുട്ടിയെ തൊട്ടിലോടുകൂടി മുറിയുടെ മറ്റൊരു മൂലയിലേക്ക് മാറ്റിവച്ചു. സ്ത്രീക്ക് സന്തോഷമായി. അവർ ഫ്രെഡറിക്കിന് അമ്പത് സ്വർണ്ണം നാണയം കൊടുത്തു.

ഫ്രെഡറിക് പിന്നെയും നടന്നുനടന്ന് വേറൊരു നാട്ടിലെ

ത്തി. അവിടെ ഒരു വീട്ടിൽ ഭയങ്കര ബഹളം.

ആ വീട്ടിലെ പെൺകുട്ടി കല്യാണം കഴിഞ്ഞ് വരനുമൊത്ത് ആദ്യമായി വീട്ടിൽ വന്നിരിക്കുകയാണ്. പക്ഷേ, വരന്റെ നീളക്കൂടുതൽ കാരണം ഭാര്യയുടെ വീട്ടിലെ വാതിലിൽക്കൂടി അയാൾക്ക് അകത്തു കടക്കാൻ കഴിയുന്നില്ല. അയാളുടെ തല വെട്ടണോ കാല് മുറിക്കണോ എന്നാണ് കാരണവന്മാരുടെ ആലോചന!

“ഈ പ്രശ്നം പരിഹരിച്ചാൽ നിങ്ങൾ എനിക്കെന്തു തരും?” ഫ്രെഡറിക് ചോദിച്ചു. “ചോദിക്കുന്നതെന്തും തരാം!” കൂടിയിരുന്നവർ പറഞ്ഞു.

ഫ്രെഡറിക് മണവാളന്റെ തല പിടിച്ച് കുനിച്ച് വീടിനുള്ളിലേക്ക് കടത്തിവിട്ടു. കൂടിയിരുന്ന വിഡ്ഢികൾക്ക് സന്തോഷമായി. അവർ ഫ്രെഡറിക്കിന് നൂറു സ്വർണ്ണനാണയം സമ്മാനം നല്കി.

ഫ്രെഡറിക് യാത്ര തുടർന്നു. കുറച്ചുദൂരം ചെന്നപ്പോൾ ഒരു വൃദ്ധ ഒരു പന്നിയെ, വിലകൂടിയ ആഭരണങ്ങൾകൊണ്ട് അണിയിച്ചൊരുക്കുന്നു.

“മോനേ, ഇതെന്റെ മോളാണ്. എനിക്ക് നടക്കാൻ പറ്റാത്തതുകൊണ്ട് നീ ഇവളെ അടുത്തു തെരുവിലെ കല്യാണ മണ്ഡപത്തിൽ എത്തിക്കണം.” വൃദ്ധ ഫ്രെഡറിക്കിനോട് പറഞ്ഞു.

ഫ്രെഡറിക് ആ ജോലി ഏറ്റെടുത്തു.

ഫ്രെഡറിക് ആ പന്നിയുടെ ആഭരണങ്ങളെല്ലാം ഊരിയെടുത്തിട്ട് അതിനെ ഓടിച്ചുവിട്ടു. പിന്നെ തനിക്കു കിട്ടിയ പണവും ആഭരണങ്ങളുമൊക്കെയായി വീട്ടിലേക്കു തിരിച്ചു. വീട്ടിൽ ചെന്നപ്പോഴോ? അപ്പോഴും ഫ്രെഡറിക്കിന്റെ ഭാര്യയും മകളും കരയുകയാണ്! വിഷയം കുട്ടിയും കുളവും തന്നെ!

“മണ്ടികളെ, നിങ്ങളേക്കാൾ വലിയ വിഡ്ഢികൾ ഈ ലോകത്തു വേറെയുണ്ട്. അതുകൊണ്ട് ഞാനിങ്ങു തിരിച്ചു പോന്നു!” ഫ്രെഡറിക് ചിരിച്ചുകൊണ്ടു പറഞ്ഞു.

കിട്ടിയ പണവും, ആഭരണങ്ങളും കൊണ്ട് ഫ്രെഡറിക് പിന്നീടുള്ള കാലം സുഖമായി ജീവിച്ചു!

കഴുത ന്യായാധിപൻ

പണ്ട് ഈജിപ്തിലെ ഒരു പട്ടണത്തിൽ നികുതി പിരിക്കുന്ന ഒരു ഉദ്യോഗസ്ഥനുണ്ടായിരുന്നു. ഇബനു എന്നായിരുന്നു അയാളുടെ പേര്. ഇബനുവിന് യാത്ര ചെയ്യാനായി ഒരു കഴുതയും സ്വന്തമായുണ്ടായിരുന്നു.

ഒരുദിവസം ദൂരെയൊരു ദേശത്ത് പോകാൻ ഒരുങ്ങിയിറങ്ങിയപ്പോഴാണ് ഇബനു വീട്ടിലെ റൊട്ടി തീർന്നുപോയ കാര്യം അറിഞ്ഞത്. അയാൾ ഉടനെ അടുത്തുള്ള കടയിലേക്ക് റൊട്ടി വാങ്ങാനായി പോയി.

ഇബനുവിന്റെ ഭാര്യ, അദ്ദേഹത്തെ യാത്രയാക്കാൻ വീടിനു പുറത്ത് നിന്നിരുന്നു. അപ്പോൾ അവളുടെ സഹോദരൻ അതു വഴി വന്നു.

"എനിക്ക് അത്യാവശ്യമായി മൂന്നൂറ് പണം വേണം!" അയാൾ തന്റെ സഹോദരിയോട് പറഞ്ഞു.

"അയ്യോ, എന്റെ കൈയിൽ പണമൊന്നുമില്ല." ഇബനുവിന്റെ ഭാര്യ പറഞ്ഞു.

"ഹും! എങ്കിൽ ഞാനീ കഴുതയെകൊണ്ടു പോയി വിറ്റ് പണം വാങ്ങാം!" ഇങ്ങനെ പറഞ്ഞിട്ട് അയാൾ കഴുതയെയുംകൊണ്ട് അവിടന്ന് പൊയ്ക്കളഞ്ഞു!

"നമ്മുടെ കഴുതയെവിടെ?"

റൊട്ടിയുമായി തിരികെ വന്ന ഇബനു ഭാര്യയോട് ചോദിച്ചു. അതിന് ഭാര്യ പറഞ്ഞ മറുപടി അതി വിചിത്രമായിരുന്നു.

“അദ്ദേഹത്തിന് കോടതിയിൽ പോകേണ്ട ദിവസമാണിന്ന്. അദ്ദേഹമിപ്പോൾ പോയതേയുള്ളൂ!” ഭാര്യ പറഞ്ഞു.

“നീയെന്നെ പരിഹസിക്കുകയാണോ?” ഇബനു കോപത്തോടെ ചോദിച്ചു.

“ഞാനെന്തിന് അങ്ങയെപ്പോലൊരു ബുദ്ധിമാനെ പരിഹസിക്കണം? നമ്മുടെ കഴുത പിശാചുബാധിച്ച ഒന്നാണ്. ഒരുദിവസം നമ്മുടെ കഴുത ആ സത്യം എന്നോടു പറഞ്ഞു. യഥാർത്ഥത്തിൽ നമ്മുടെ കഴുത ഒരു ന്യായാധിപനാണ്. ചില മന്ത്രവാദികളാണ് അദ്ദേഹത്തെ കഴുതയാക്കി മാറ്റിയത്. എങ്കിലും ഔദ്യോഗിക കാര്യങ്ങൾക്ക് സ്വന്തം രൂപം സ്വീകരിക്കാൻ നമ്മുടെ കഴുതയ്ക്ക് കഴിയും. ഇപ്പോൾ ഇതൊക്കെ അങ്ങയോട് പറയാനൊരവസരം വന്നതുകൊണ്ടാണ് ഞാൻ പറഞ്ഞത്!” ഇബനുവിന്റെ ഭാര്യ പറഞ്ഞു നിറുത്തി.

“ഇതെന്തൊരത്ഭുതം? എനിക്ക് ദൂരെയൊരിടത്ത് അത്യാവശ്യത്തിന് പോകേണ്ടതാണല്ലോ. കഴുതയില്ലാതെ ഞാനെങ്ങനെ പോകും?” ഇബനു ചിന്താക്കുഴപ്പത്തിലായി.

“അയാളിപ്പോൾ കോടതിയിൽ കാണും. നിങ്ങൾ കുറച്ച് അമരപ്പയറുമായി പോയി, അതുയർത്തിക്കാണിച്ചാൽ അയാളുടനെ ഇറങ്ങിപ്പോരും!” ഇബനുവിന്റെ ഭാര്യ ഒരു ‘ബുദ്ധി’ പറഞ്ഞു കൊടുത്തു.

“കൊള്ളാം. നല്ല ആശയം!” എന്നും പറഞ്ഞ് പാവം ഇബനു ഒരു പിടി അമരപ്പയറുമായി കോടതിമുറിയിൽ ചെന്നു. ന്യായാധിപൻ ഗൗരവത്തോടെ കോടതി മുറിയിൽത്തന്നെയുണ്ട്. ഇബനുനേരെ ചെന്നിട്ട് അമരപ്പയർ ഉയർത്തിക്കാട്ടി.

ന്യായാധിപന് ഇബനുവിനെ നന്നായറിയാം. അയാൾക്ക് തന്നോടെന്തോ പ്രധാനപ്പെട്ട കാര്യം പറയാനുണ്ടെന്ന് ധരിച്ച് ന്യായാധിപൻ പെട്ടെന്ന് കോടതി നടപടികൾ നിർത്തിവച്ചിട്ട് ഇറങ്ങി വന്നു.

“എനിക്ക് ദൂരെയൊരിടത്ത് പോകണം. കോടതി പിരിയുന്നതുവരെകാത്തുനില്ക്കാനൊന്നും നേരമില്ല. നിങ്ങൾ പെട്ടെ

ന്നൊന്ന് കഴുതയാകണം!" മുറ്റത്ത് ആളൊഴിഞ്ഞ ഒരു മൂല യിൽവച്ച് ഇബനു, ന്യായാധിപനോട് പറഞ്ഞു. അതു കേട്ടപ്പോൾ അയാൾ വല്ലാതെയായി.

"പേടിക്കേണ്ട. ഞാനിനി നിങ്ങളെ അടിക്കുകയില്ല. എനിക്കല്പം ധൃതിയുണ്ട്. ഇന്ന് പതിവിലും കൂടുതൽ തീറ്റ ഞാൻ വാങ്ങിത്തരുന്നുണ്ട്!" ഇബനു ഉത്സാഹത്തോടെ പറഞ്ഞു.

ഏതോ ഭ്രാന്താലയത്തിൽനിന്ന് ചാടിപ്പോന്ന ഒരുവനാണ് തന്റെ മുന്നിൽ നില്ക്കുന്നതെന്ന് ന്യായാധിപന് തോന്നി. അതിനദ്ദേഹത്തെ കുറ്റം പറയാൻ പറ്റില്ലല്ലോ. ന്യായാധിപൻ സാവധാനം പിന്നിലേക്ക് നീങ്ങിയപ്പോൾ ഇബനു വഴിതടഞ്ഞു. അപ്പോൾ ന്യായാധിപനെന്തുചെയ്തെന്നോ? കുറച്ച് പണമെടുത്ത് ഇബനുവിന് കൊടുത്തിട്ട് പറഞ്ഞു: "താങ്കളുടെ പ്രിയപ്പെട്ട കഴുത നഷ്ടപ്പെട്ടതിൽ എനിക്ക് അതിയായ ദുഃഖമുണ്ട്. ഇതാ മുന്നൂറ് പൊൻപണം. ചന്തയിൽ പോയി നല്ലൊരു കഴുതയെ

വാങ്ങിക്കൊള്ളൂ!" ഇബനു പണവും വാങ്ങി സന്തോഷത്തോടെ ചന്തയിലേക്കു പോയി.

ഇബനു പണവുമായി ചന്തയിലെത്തി നല്ലൊരു കഴുതയെയും നോക്കി നടന്നപ്പോഴുണ്ട്, തന്റെ കഴുതയവിടെ നില്ക്കുന്നു! പഴയ യജമാനനെ ചന്തയിൽ കണ്ടപ്പോൾ കഴുത 'ബേ...ബേ...' യെന്ന് ഉറക്കെ കരയുകയും ചെയ്തു.

"ഹും, മിണ്ടാതെ നില്ക്ക് കഴുതേ! എനിക്ക് ശരിക്കുമൊരു കഴുതയെയാണ് വേണ്ടത്. അല്ലാതെ കഴുതയും ന്യായാധിപനും ചേർന്ന ഒന്നല്ല!" ആ കഴുതയുടെ അടുത്തുചെന്ന് ഇങ്ങനെ പറഞ്ഞിട്ട്, നല്ലൊരു കഴുതയെയും വാങ്ങി ഇബനു വീട്ടിലെത്തി. ഉണ്ടായ കാര്യങ്ങളൊക്കെ തന്റെ ഭാര്യയോട് പറയുകയും ചെയ്തു.

അതുകേട്ടപ്പോൾ ഇബനുവിന്റെ ഭാര്യക്ക് സന്തോഷമായി. തന്റെ സഹോദരന് പണവും കിട്ടി, ഭർത്താവിന് നല്ലൊരു കഴുതയെയും കിട്ടി. ന്യായാധിപനാകട്ടെ ഒരു മഹാവിപത്തിൽനിന്ന് രക്ഷപ്പെട്ട ആശ്വാസത്തോടെ അന്ന് കക്ഷികളിൽനിന്ന് പതിവിൽ കൂടുതൽ കൈക്കൂലി വാങ്ങുകയും ചെയ്തു!

9 789389 410099

Printed by Libri Plureos GmbH in Hamburg,
Germany